PANJABI
MADE EASY
Book III

ਸੌਖੀ ਪੰਜਾਬੀ
ਭਾਗ ਤੀਜਾ

By
Dr. J.S. NAGRA M.A.; M.Ed.; Ph.D.
Inspector of Schools (Retd.)

Published by : **Nagra Publications**

        399, Ansty Road, Coventry CV2 3BQ, UK

        Tel & Fax : 02476 617314

        E-mail : js.nagra@ntlworld.com

        Website : www.nagrapublications.co.uk

ISBN 978 1 870383 39 4

1st Edition : March 1987.
Revised Edition : September 1988.
Reprinted : January 1990, January 1995, January 2000, July 2002,
July 2010, January 2012, February 2015.
3rd Revised, Enlarged and Coloured Edition August 2017

This book is also available from :

1. THE SIKH MISSIONARY SOCIETY UK
    10 Featherstone Road, Southall, Middlesex
    UB2 5AA, Tel: 0208 574 1902

2. DTF ASIAN PUBLISHERS AND DISTRIBUTORS
    117 Soho Road, Handsworth, Birmingham
    B21 9ST, Tel: 0121 515 1183

3. GARDNERS BOOKS LTD
    1 Whittle Drive, Willington Drove, Eastbourne, East Sussex,
    BN 23 6 QH, Tel: 01323521555

4. GURMAT PARCHAR
    21 Brook Road, Northfleet, Gravesend, Kent,
    DA11 8RQ, Tel: 01474 326428

ਪਾਠ ਸੂਚੀ

Acknowledgements

I am very grateful to all those teachers and students who have used Panjabi Made Easy Book III over the years and have given me valuable suggestions to improve the quality of this book.

I would like to thank Singh Brothers of Amritsar for printing the revised and coloured edition of Panjabi Made Easy Book III.

I am also grateful to my wife Satwant, sons Sundeep and Mandeep and daughters-in-law Jasdeep and Ravneet for their inspiration and encouragement throughout.

My grand children Kameron, Ria, Arjun, Taran, Amber and Eva are a big source of encouragement and happiness as I play with them when I am tired of working. It is largely due to the love and affection I receive at home that helps me to concentrate more and work harder.

1 August 2017   **J.S. Nagra**

Introduction

I am very pleased to produce the third, revised, enlarged and coloured edition of Panjabi Made Easy Book III. It is the third book in the Panjabi Made Easy series. I am very grateful to all those teachers and students of Panjabi who have used the previous edition of this book since it was first published in March 1987 and found it useful.

This book is revised in accordance with the new GCSE specification in Panjabi. The first GCSE Panjabi examination according to the new specification will take place in 2019 and students will start preparing for the GCSE examination from September 2017. This book covers many topics mentioned in the three Themes in the new GCSE Panjabi specification at the Foundation level. It will prove useful for developing the listening, speaking, reading and writing skills. Students will benefit from its organised presentation of Panjabi words and relatively complex sentences as they progress through the book.

This edition is much enlarged and contains 20 lessons as compared to the previous edition which contained 14 lessons. The content of all the lessons is either new or revised according to the new changes in the GCSE Panjabi specification. All illustrations are also either new or much improved and coloured.

Questions at the end of each lesson are designed for students to monitor their own progress. These questions are very similar to the questions students may be required to answer in their Foundation level GCSE Panjabi examination.

Ample vocabulary with English translation is provided at the end to facilitate learners to work on their own. Therefore, it is a kind of self-taught book and is easy for students to follow. It is a continuation of Panjabi Made Easy Book I and II.

There is generally insufficient good and interactive materials for learning and teaching Panjabi in the UK and also in other countries where Panjabis live. There are also not much resources which make use of the latest methodologies in teaching Panjabi. This book offers varied and interesting activities and will prove useful to students who would like to take their GCSE examination in Panjabi.

1 August 2017   **J.S. Nagra**

ਜਸਵੀਰ

ਮੇਰੀ ਸਹੇਲੀ - ਜਸਵੀਰ

ਮੇਰਾ ਨਾਂ ਸ਼ਰਨਪ੍ਰੀਤ ਹੈ ਅਤੇ ਮੇਰੀ ਸਹੇਲੀ ਦਾ ਨਾਂ ਜਸਵੀਰ ਹੈ।

1. ਜਸਵੀਰ ਇੱਕ ਕੁੜੀ ਹੈ ਅਤੇ ਉਸ ਦਾ ਪੂਰਾ ਨਾਂ ਜਸਵੀਰ ਕੌਰ ਸੰਧੂ ਹੈ।
2. ਉਸ ਦਾ ਕੱਦ 5 ਫ਼ੁੱਟ 6 ਇੰਚ ਹੈ।
3. ਉਸ ਦੇ ਵਾਲ ਕਾਲੇ ਅਤੇ ਅੱਖਾਂ ਭੂਰੀਆਂ ਹਨ।
4. ਉਸ ਦਾ ਜਨਮ 15 ਫ਼ਰਵਰੀ 2003 ਨੂੰ ਹੋਇਆ ਸੀ।
5. ਉਹ ਸਿਡਨੀ ਸਟਰਿੰਗਰ ਸਕੂਲ ਕਾਵੈਂਟਰੀ ਵਿੱਚ ਪੜ੍ਹਦੀ ਹੈ।
6. ਉਸ ਦੀ ਛੋਟੀ ਭੈਣ ਦਾ ਨਾਂ ਲਖਬੀਰ ਹੈ। ਉਹ ਵੀ ਸਿਡਨੀ ਸਟਰਿੰਗਰ ਸਕੂਲ ਵਿੱਚ ਪੜ੍ਹਦੀ ਹੈ।
7. ਉਸ ਦਾ ਇੱਕ ਭਰਾ ਹੈ। ਉਸ ਦਾ ਨਾਂ ਆਰਬਿੰਦਰ ਹੈ। ਉਹ ਉਮਰ ਵਿੱਚ ਜਸਵੀਰ ਨਾਲੋਂ ਵੱਡਾ ਹੈ। ਉਹ ਸਟੋਕ ਪਾਰਕ ਸਕੂਲ ਵਿੱਚ ਪੜ੍ਹਦਾ ਹੈ।
8. ਉਹ ਨੈੱਟਬਾਲ ਖੇਡਣਾ ਬਹੁਤ ਪਸੰਦ ਕਰਦੀ ਹੈ ਅਤੇ ਹਰ ਰੋਜ਼ ਸ਼ਾਮ ਨੂੰ ਇੱਕ ਘੰਟਾ ਨੈੱਟਬਾਲ ਖੇਡਦੀ ਹੈ।
9. ਉਸ ਦੇ ਮਾਤਾ-ਪਿਤਾ ਉਹਨਾਂ ਸਾਰਿਆਂ ਨਾਲ ਬਹੁਤ ਪਿਆਰ ਕਰਦੇ ਹਨ।
10. ਉਹ ਵੱਡੀ ਹੋ ਕੇ ਪ੍ਰਾਇਮਰੀ ਸਕੂਲ ਦੀ ਅਧਿਆਪਕਾ ਬਣਨਾ ਚਾਹੁੰਦੀ ਹੈ, ਕਿਉਂਕਿ ਉਹ ਛੋਟੇ ਬੱਚਿਆਂ ਨਾਲ ਬਹੁਤ ਪਿਆਰ ਕਰਦੀ ਹੈ।
11. ਉਹ ਡਾਕਟਰ ਬਿਲਕੁਲ ਨਹੀਂ ਬਣਨਾ ਚਾਹੁੰਦੀ, ਕਿਉਂਕਿ ਇਸ ਲਾਈਨ ਵਿੱਚ ਉਸ ਦੀ ਬਹੁਤੀ ਦਿਲਚਸਪੀ ਨਹੀਂ ਹੈ। ਇਹ ਨੌਕਰੀ ਔਖੀ ਹੈ ਅਤੇ ਕਈ ਬਾਰ ਰਾਤ ਨੂੰ ਵੀ ਕੰਮ ਕਰਨਾ ਪੈਂਦਾ ਹੈ।

ਅਭਿਆਸ (Exercise)

Write the answers of the following questions in your note book :

1. **From the text find out the Panjabi equivalents of the following English words.**

English	Panjabi	English	Panjabi
Girl		Birth	
My		Study	
Hair		Play	
Height		Age	
Brown		Love	
Eyes		Everyday	
Brother		Job	

2. **Answer the following questions in English :**
   1. What is Jasvir's height ?
   2. When was Jasvir born ?
   3. Which school does she go to ?
   4. What is the name of Jasvir's younger sister ?
   5. What game does she like to play ?
   6. What is the name of Jasvir's brother ?
   7. Which school does her brother go to ?
   8. What job does Jasvir want to do ?

   ....

   9. Why ?

   ....

   10. Why does she not want to become a doctor? Give two reasons :

   ....

   ....

3. ਹੇਠ ਲਿਖੇ ਪ੍ਰਸ਼ਨਾਂ ਦੇ ਉੱਤਰ ਪੰਜਾਬੀ ਵਿੱਚ ਲਿਖੋ :

1. ਜਸਵੀਰ ਦੇ ਕਿੰਨੇ ਭੈਣ-ਭਰਾ ਹਨ ?

2. ਜਸਵੀਰ ਦੇ ਭਰਾ ਦਾ ਕੀ ਨਾਂ ਹੈ ?

3. ਜਸਵੀਰ ਦੀ ਭੈਣ ਦਾ ਕੀ ਨਾਂ ਹੈ ?

4. ਜਸਵੀਰ ਦੀ ਉਮਰ ਕਿੰਨੇ ਸਾਲ ਹੈ ?

5. ਜਸਵੀਰ ਕਿਹੜੀ ਖੇਡ ਖੇਡਣਾ ਪਸੰਦ ਕਰਦੀ ਹੈ ?

6. ਜਸਵੀਰ ਦਾ ਕੱਦ ਕਿੰਨਾ ਹੈ ?

7. ਜਸਵੀਰ ਦਾ ਜਨਮ ਦਿਨ ਕਦੋਂ ਸੀ ?

8. ਆਰਬਿੰਦਰ ਕਿਹੜੇ ਸਕੂਲ ਵਿੱਚ ਪੜ੍ਹਦਾ ਹੈ ?

9. ਜਸਵੀਰ ਕਿਹੜੀ ਨੌਕਰੀ ਕਰਨੀ ਪਸੰਦ ਕਰਦੀ ਹੈ ?

....

10. ਕਿਉਂ ?

....

11. ਜਸਵੀਰ ਕਿਹੜੀ ਨੌਕਰੀ ਪਸੰਦ ਨਹੀਂ ਕਰਦੀ ?

....

12. ਕਿਉਂ ? ਦੋ ਕਾਰਨ ਲਿਖੋ।

....

....

4. Translate the following sentences into Panjabi :

1. Jasvir is a good girl.

2. She goes to school.

3. She has black hair and brown eyes.

4. She has one brother.

5. She has two sisters.

6. She wants to be a teacher.

7. She is a tall girl and she is also slim.

5. Which two statements are true ? Write the correct letters in the boxes

A	Jasvir is six feet tall.
B	She has one big brother.
C	She does not have any sister.
D	She plays hockey every evening.
E	She wants to be teacher

☐ ☐

6. Like Sharanpreet write ten sentences about yourself in Panjabi.
ਸ਼ਰਨਪ੍ਰੀਤ ਦੀ ਤਰ੍ਹਾਂ ਤੁਸੀਂ ਆਪਣੇ ਬਾਰੇ ਦਸ ਵਾਕ ਪੰਜਾਬੀ ਵਿੱਚ ਲਿਖੋ।

....

....

....

....

....

....

....

....

....

....

....

....

ਮੇਰਾ ਮਿੱਤਰ - ਰਸਵੀਰ

ਮੇਰਾ ਨਾਂ ਅਰਜਨ ਹੈ ਅਤੇ ਮੇਰੇ ਮਿੱਤਰ ਦਾ ਨਾਂ ਰਸਵੀਰ ਸਿੰਘ ਨਾਗਰਾ ਹੈ। ਉਹ ਇੱਕ ਬਹੁਤ ਚੰਗਾ ਮੁੰਡਾ ਹੈ। ਮੈਂ ਰਸਵੀਰ ਨੂੰ ਬਹੁਤ ਪਸੰਦ ਕਰਦਾ ਹਾਂ, ਕਿਉਂਕਿ ਉਹ ਮੇਰੇ ਨਾਲ ਬਹੁਤ ਪਿਆਰ ਕਰਦਾ ਹੈ। ਉਹ ਸਦਾ ਆਪਣੇ ਮਾਤਾ-ਪਿਤਾ ਦਾ ਕਹਿਣਾ ਮੰਨਦਾ ਹੈ। ਪੜ੍ਹਾਈ ਵਿੱਚ ਉਹ ਬਹੁਤ ਹੁਸ਼ਿਆਰ ਹੈ। ਰਸਵੀਰ ਖੇਡਾਂ ਵਿਚ ਵੀ ਦਿਲਚਸਪੀ ਰੱਖਦਾ ਹੈ।

ਰਸਵੀਰ ਸਕੂਲ ਤੋਂ ਕਦੇ ਗ਼ੈਰ-ਹਾਜ਼ਰ ਨਹੀਂ ਹੁੰਦਾ। ਉਹ ਰੋਜ਼ ਸਮੇਂ ਸਿਰ ਸਕੂਲ ਜਾਂਦਾ ਹੈ ਅਤੇ ਸਦਾ ਚੰਗੇ ਬੱਚਿਆਂ ਦੀ ਸੰਗਤ ਕਰਦਾ ਹੈ। ਸਕੂਲ ਤੋਂ ਵਾਪਸ ਆ ਕੇ ਉਹ ਦੋ-ਤਿੰਨ ਘੰਟੇ ਪੜ੍ਹਾਈ ਕਰਦਾ ਹੈ। ਹਰ ਐਤਵਾਰ ਉਹ ਫੁੱਟਬਾਲ ਖੇਡਦਾ ਹੈ। ਉਹ ਕਿਸੇ ਨਾਲ ਵੀ ਲੜਾਈ ਨਹੀਂ ਕਰਦਾ। ਇਸ ਲਈ ਸਾਰੇ ਉਸ ਨੂੰ ਪਸੰਦ ਕਰਦੇ ਹਨ।

ਰਸਵੀਰ ਦਾ ਕੱਦ ਲੰਮਾ ਅਤੇ ਸਰੀਰ ਪਤਲਾ ਹੈ। ਉਸ ਦਾ ਕੱਦ ਪੰਜ ਫ਼ੁੱਟ ਸੱਤ ਇੰਚ ਅਤੇ ਭਾਰ ਨੌਂ ਸਟੋਨ ਹੈ। ਉਸ ਦੇ ਵਾਲ ਕਾਲੇ ਅਤੇ ਅੱਖਾਂ ਨੀਲੀਆਂ ਹਨ। ਉਹ ਬਹੁਤ ਮਿਲਣਸਾਰ ਅਤੇ ਮਿਹਨਤੀ ਮੁੰਡਾ ਹੈ। ਉਹ ਸਦਾ ਸੱਚ ਬੋਲਦਾ ਹੈ ਅਤੇ ਕਦੇ ਝੂਠ ਨਹੀਂ ਬੋਲਦਾ।

ਰਸਵੀਰ ਦੇ ਮਾਤਾ-ਪਿਤਾ ਉਸ ਨਾਲ ਬਹੁਤ ਪਿਆਰ ਕਰਦੇ ਹਨ ਅਤੇ ਉਸ ਦੀ ਪੜ੍ਹਾਈ ਵਿੱਚ ਉਸ ਦੀ ਸਹਾਇਤਾ ਕਰਦੇ ਹਨ। ਉਸ ਦੀਆਂ ਦੋ ਭੈਣਾਂ ਅਤੇ ਇੱਕ ਭਰਾ ਹੈ। ਰਸਵੀਰ ਸਭ ਤੋਂ ਵੱਡਾ ਹੈ। ਅਸੀਂ ਹਰ ਐਤਵਾਰ ਨੂੰ ਇਕੱਠੇ ਫੁੱਟਬਾਲ ਖੇਡਣ ਲਈ ਜਾਂਦੇ ਹਾਂ ਅਤੇ ਸਨਿੱਚਰਵਾਰ ਨੂੰ ਪੰਜਾਬੀ ਪੜ੍ਹਨ ਲਈ ਵੀ ਗੁਰਦਵਾਰੇ ਇਕੱਠੇ ਹੀ ਜਾਂਦੇ ਹਾਂ।

ਅਭਿਆਸ (Exercise)

Write the answers of the following questions in your note book :

1. Which two statements are true ? Write the correct letters in the boxes.

A	Rasveer does not take much interest in his studies.
B	Rasveer always obeys his parents.
C	He plays hockey in school.
D	He is never absent from school.
E	He is very sociable but not very hardworking.

☐ ☐

2. (a) Arjun likes Rasveer because

A	he loves him.
B	he plays games with him.
C	he helps him in his studies.

Write the letter of the correct answer in the box ☐

(b) What does Rasveer do after coming back from school ?

A	Eats his dinner
B	Plays hockey
C	Studies

Write the letter of the correct answer in the box ☐

(c) Every body likes Rasveer because

A	he helps old people.
B	he does not fight with any body.
C	he is a good social worker.

Write the letter of the correct answer in the box ☐

3. **ਹੇਠ ਲਿਖੀ ਵਾਰਤਾ ਨੂੰ ਇਸ ਦੇ ਹੇਠਾਂ ਦਿੱਤੀ ਲਿਸਟ ਵਿੱਚੋਂ ਸ਼ਬਦਾਂ ਨਾਲ ਪੂਰਾ ਕਰੋ।**

ਉਦਾਹਰਣ

ਅਰਜਨ ਦੇ [3] ਦਾ ਨਾਂ ਰਸਵੀਰ ਸਿੰਘ ਨਾਗਰਾ ਹੈ। ਉਹ ਇੱਕ [ ] ਮੁੰਡਾ ਹੈ। ਉਹ ਆਪਣੀ [ ] ਵਿੱਚ ਬਹੁਤ ਹੁਸ਼ਿਆਰ ਹੈ। ਐਤਵਾਰ ਨੂੰ ਰਸਵੀਰ [ ] ਖੇਡਦਾ ਹੈ। ਉਹ ਮਿਲਣਸਾਰ ਅਤੇ [ ] ਮੁੰਡਾ ਹੈ। ਉਸ ਦੀਆਂ ਦੋ [ ] ਹਨ। ਉਹ [ ] ਨੂੰ ਪੰਜਾਬੀ ਪੜ੍ਹਨ ਜਾਂਦਾ ਹੈ।

ਸਹੀ ਸ਼ਬਦਾਂ ਦੇ ਸਾਹਮਣੇ ਵਾਲੇ ਨੰਬਰ ਖ਼ਾਨੇ ਵਿੱਚ ਲਿਖੋ :

1.	ਭੈਣਾਂ	5.	ਪੜ੍ਹਾਈ
2.	ਐਤਵਾਰ	6.	ਚੰਗਾ
3.	ਮਿੱਤਰ	7.	ਮਿਹਨਤੀ
4.	ਫੁੱਟਬਾਲ		

4. **Translate the following sentences into English :**

1. ਰਸਵੀਰ ਇੱਕ ਚੰਗਾ ਮੁੰਡਾ ਹੈ।
2. ਉਹ ਆਪਣੇ ਮਾਤਾ-ਪਿਤਾ ਦਾ ਕਹਿਣਾ ਮੰਨਦਾ ਹੈ।
3. ਉਸ ਦੇ ਵਾਲ ਕਾਲੇ ਹਨ।
4. ਉਸ ਦੀਆਂ ਅੱਖਾਂ ਨੀਲੀਆਂ ਹਨ।
5. ਉਹ ਇੱਕ ਮਿਲਣਸਾਰ ਮੁੰਡਾ ਹੈ।
6. ਉਹ ਇੱਕ ਲੰਮਾ ਅਤੇ ਪਤਲਾ ਮੁੰਡਾ ਹੈ।
7. ਉਹ ਸਦਾ ਸੱਚ ਬੋਲਦਾ ਹੈ।
8. ਉਹ ਝੂਠ ਨਹੀਂ ਬੋਲਦਾ।
9. ਉਹ ਪੜ੍ਹਾਈ ਵਿੱਚ ਬਹੁਤ ਹੁਸ਼ਿਆਰ ਹੈ।
10. ਮੈਂ ਰਸਵੀਰ ਨੂੰ ਪਸੰਦ ਕਰਦਾ ਹਾਂ।

5. Match the Panjabi words with their English equivalently:

Panjabi	English
ਚੰਗਾ	weight
ਕਾਲਾ	body
ਕਿਤਾਬਾਂ	good
ਮਿਲਣਸਾਰ	books
ਮਿਹਨਤੀ	black
ਪਤਲਾ	lie
ਝੂਠ	fight
ਭਾਰ	hardworking
ਸਰੀਰ	slim
ਲੜਾਈ	sociable

6. ਹੇਠ ਲਿਖੇ ਪ੍ਰਸ਼ਨਾਂ ਦੇ ਉੱਤਰ ਪੰਜਾਬੀ ਵਿੱਚ ਲਿਖੋ :

1. ਰਸਬੀਰ ਕਿਸ ਤਰ੍ਹਾਂ ਦਾ ਮੁੰਡਾ ਹੈ ?

....

2. ਰਸਬੀਰ ਪੜ੍ਹਾਈ ਵਿੱਚ ਕਿਸ ਤਰ੍ਹਾਂ ਦਾ ਹੈ ?

....

3. ਸਾਰੇ ਲੋਕ ਰਸਬੀਰ ਨੂੰ ਕਿਉਂ ਪਸੰਦ ਕਰਦੇ ਹਨ ?

....

4. ਰਸਬੀਰ ਬਾਰੇ ਕੋਈ ਪੰਜ ਵਾਕ ਆਪਣੇ ਸ਼ਬਦਾਂ ਵਿੱਚ ਪੰਜਾਬੀ ਵਿੱਚ ਲਿਖੋ :

....

....

....

....

7. Answer the following questions in English :

1. Why does Arjan like his friend Rasveer ?

   ....

   ....

2. What does Rasveer always do ? Give four details ?

   ....

   ....

   ....

   ....

3. What does Rasveer never do ?

   ....

4. What two activities Arjan and Rasveer do together ?

   ....

   ....

ਸਾਡੇ ਘਰ ਦੀ ਰਸੋਈ

ਮੇਰਾ ਨਾਂ ਕਿਰਨਜੀਤ ਹੈ । ਸਾਡਾ ਘਰ ਬਹੁਤ ਵੱਡਾ ਨਹੀਂ ਹੈ, ਪਰ ਉਸ ਦੀ ਰਸੋਈ ਕਾਫ਼ੀ ਵੱਡੀ ਹੈ । ਰਸੋਈ ਵਿੱਚ ਉਹ ਸਾਰੀਆਂ ਚੀਜ਼ਾਂ ਹਨ, ਜੋ ਰਸੋਈ ਵਿੱਚ ਹੋਣੀਆਂ

ਚਾਹੀਦੀਆਂ ਹਨ। ਰਸੋਈ ਵਿੱਚ ਬਹੁਤ ਸਾਰੀਆਂ ਨਵੇਂ ਡਿਜ਼ਾਈਨ ਦੀਆਂ ਨਵੀਆਂ ਯੂਨਿਟਾਂ ਲੱਗੀਆਂ ਹੋਈਆਂ ਹਨ।

ਯੂਨਿਟਾਂ ਚਿੱਟੇ ਰੰਗ ਦੀਆਂ ਹਨ ਅਤੇ ਬਹੁਤ ਕੀਮਤੀ ਹਨ। ਰਸੋਈ ਦੇ ਫ਼ਰਸ਼ ਦੀਆਂ ਟਾਈਲਾਂ ਵੀ ਚਿੱਟੇ ਰੰਗ ਦੀਆਂ ਹਨ ਅਤੇ ਯੂਨਿਟਾਂ ਨਾਲ ਮੈਚ ਕਰਦੀਆਂ ਹਨ। ਕੁਝ ਯੂਨਿਟਾਂ ਅੰਦਰ ਲਾਈਟਾਂ ਵੀ ਲੱਗੀਆਂ ਹੋਈਆਂ ਹਨ। ਸਾਰੀ ਰਸੋਈ ਬੜੀਆਂ ਲਿਸ਼ਕਾਂ ਮਾਰਦੀ ਹੈ ਅਤੇ ਬਹੁਤ ਸੋਹਣੀ ਲੱਗਦੀ ਹੈ। ਅਸੀਂ ਖਾਣ-ਪੀਣ ਦੀਆਂ ਚੀਜ਼ਾਂ ਯੂਨਿਟਾਂ ਵਿੱਚ ਰੱਖਦੇ ਹਾਂ।

ਰਸੋਈ ਦਾ ਸਾਰਾ ਸਾਮਾਨ ਜਿਵੇਂ ਕਿ ਖਾਣ-ਪੀਣ ਦੇ ਭਾਂਡੇ—ਕੱਪ, ਪਲੇਟਾਂ, ਗਲਾਸ, ਥਾਲੀਆਂ, ਕੌਲੀਆਂ, ਚਮਚੇ ਅਤੇ ਖਾਣਾ ਬਣਾਉਣ ਦਾ ਸਾਮਾਨ—ਪਤੀਲੇ, ਤਵਾ, ਵੇਲਣਾ, ਚਕਲਾ, ਪਰਾਤ ਆਦਿ ਰਸੋਈ ਦੀਆਂ ਯੂਨਿਟਾਂ ਵਿੱਚ ਚੰਗੀ ਤਰ੍ਹਾਂ ਰੱਖਿਆ ਹੋਇਆ ਹੈ।

ਰਸੋਈ ਵਿੱਚ ਇੱਕ ਵੱਡਾ ਫ਼ਰਿਜ, ਕਪੜੇ ਧੋਣ ਵਾਲੀ ਮਸ਼ੀਨ, ਭਾਂਡੇ ਧੋਣ ਵਾਲੀ ਮਸ਼ੀਨ ਅਤੇ ਇੱਕ ਮਾਈਕ੍ਰੋਵੇਵ ਹੈ। ਰਸੋਈ ਦੀ ਇੱਕ ਕੰਧ 'ਤੇ ਟੈਲੀਵਿਯਨ ਵੀ ਫਿਟ ਕੀਤੀ ਹੋਈ ਹੈ, ਕਿਉਂਕਿ ਮੇਰੀ ਮਾਤਾ ਜੀ ਖਾਣਾ ਬਣਾਉਣ ਸਮੇਂ ਟੈਲੀਵਿਯਨ ਦੇਖਣਾ ਵੀ ਪਸੰਦ ਕਰਦੇ ਹਨ।

ਮਾਤਾ ਜੀ ਰਸੋਈ ਨੂੰ ਸਾਫ਼-ਸੁਥਰਾ ਰੱਖਣਾ ਪਸੰਦ ਕਰਦੇ ਹਨ। ਉਹ ਰੋਜ਼ ਘੱਟ ਤੋਂ ਘੱਟ ਇੱਕ ਵਾਰ ਜ਼ਰੂਰ ਰਸੋਈ ਸਾਫ਼ ਕਰਦੇ ਹਨ। ਉਹ ਆਪਣਾ ਬਹੁਤਾ ਸਮਾਂ ਰਸੋਈ ਵਿੱਚ ਹੀ ਗੁਜ਼ਾਰਦੇ ਹਨ।

ਮੈਂ ਆਪਣੇ ਘਰ ਦੀ ਰਸੋਈ ਬਹੁਤ ਪਸੰਦ ਕਰਦੀ ਹਾਂ, ਕਿਉਂਕਿ ਰਸੋਈ ਵੱਡੀ ਹੈ ਅਤੇ ਮੈਨੂੰ ਬਹੁਤ ਸੋਹਣੀ ਲੱਗਦੀ ਹੈ। ਅਸੀਂ ਆਪਣਾ ਨਾਸ਼ਤਾ ਵੀ ਰਸੋਈ ਵਿੱਚ ਬੈਠ ਕੇ ਖਾਂਦੇ ਹਾਂ।

ਅਭਿਆਸ (Exercise)

Write the answers of the following questions in your note book :

1. Which two statements are correct ? Write the letter of the correct answer in the boxes.

A	Kiranjit has a big house.
B	Kiranjit's kitchen shines and looks beautiful.
C	Kitchen does not have a television.
D	Kiranjit's mother spends most of her times in the kitchen.
E	Kiranjit does not like her kitchen.

☐ ☐

2. Fill in the blanks :

ਖ਼ਾਲੀ ਥਾਵਾਂ ਭਰੋ :

1. ਘਰ ਦੀ ਰਸੋਈ ਕਾਫ਼ੀ...................... ਹੈ।
2. ਰਸੋਈ ਵਿੱਚ......................ਰੰਗ ਦੀਆਂ ਯੂਨਿਟਾਂ ਹਨ।
3. ਰਸੋਈ ਦੀ ਕੰਧ 'ਤੇ.......................ਫ਼ਿੱਟ ਕੀਤੀ ਹੋਈ ਹੈ।
4. ਮਾਤਾ ਜੀ ਰਸੋਈ ਨੂੰ.....................ਰੱਖਣਾ ਪਸੰਦ ਕਰਦੇ ਹਨ।
5. ਕਿਰਨਜੀਤ ਆਪਣੀ..................ਪਸੰਦ ਕਰਦੀ ਹੈ।

3. Translate the following passage into Panjabi.

My house is big but my kitchen is small. My kitchen is beautiful. I like my kitchen. I keep it neat and clean. I also have a television in my kitchen.

4. (a) ਰਸੋਈ ਕਿਸ ਤਰ੍ਹਾਂ ਦੀ ਹੈ ?

A	ਵੱਡੀ ਹੈ
B	ਛੋਟੀ ਹੈ
C	ਦਰਮਿਆਨੇ ਸਾਈਜ਼ ਦੀ

Write the letter of the correct answer in the box

(b) ਰਸੋਈ ਦੀਆਂ ਯੂਨਿਟਾਂ ਕਿਸ ਤਰ੍ਹਾਂ ਦੀਆਂ ਹਨ ?

A	ਪੁਰਾਣੀਆਂ ਹਨ
B	ਨਵੀਆਂ ਹਨ
C	ਪੁਰਾਣੇ ਡਿਜ਼ਾਈਨ ਦੀਆਂ ਹਨ

Write the letter of the correct answer in the box

(c) ਮਾਤਾ ਜੀ ਆਪਣਾ ਬਹੁਤਾ ਸਮਾਂ ਕਿਸ ਤਰ੍ਹਾਂ ਗੁਜ਼ਾਰਦੇ ਹਨ ?

A	ਕਿਤਾਬਾਂ ਪੜ੍ਹਨ ਵਿੱਚ
B	ਕੰਪਿਊਟਰ 'ਤੇ ਖੇਡਾਂ ਖੇਡਣ ਵਿੱਚ
C	ਰਸੋਈ ਵਿੱਚ

Write the letter of the correct answer in the box

5. **Write ten sentences about your kitchen in Panjabi.**

   ਆਪਣੀ ਰਸੋਈ ਬਾਰੇ ਪੰਜਾਬੀ ਵਿੱਚ ਦਸ ਵਾਕ ਲਿਖੋ।

   ....

   ....

   ....

   ....

   ....

   ....

6. **Make a list in Panjabi of all those things which you keep in the kitchen.**

   ਉਹਨਾਂ ਸਾਰੀਆਂ ਚੀਜ਼ਾਂ ਦੀ ਲਿਸਟ ਬਣਾਓ, ਜੋ ਤੁਹਾਡੀ ਰਸੋਈ ਵਿੱਚ ਹਨ।

   ....

   ....

   ....

   ....

   ....

   ....

7. **Translate the first two paragraphs into English.**

4

ਕਮਲਦੀਪ ਬਜ਼ਾਰ ਗਈ

ਕਮਲਦੀਪ ਇੱਕ ਪਰਾਮ ਧੱਕੀ ਬਜ਼ਾਰ ਵੱਲ ਜਾ ਰਹੀ ਹੈ। ਪਰਾਮ ਵਿੱਚ ਉਸ ਦਾ ਮੁੰਡਾ ਅਮਰ ਹੈ। ਅਮਰ ਸੁੱਤਾ ਪਿਆ ਹੈ।

ਕਮਲਦੀਪ ਨੇ ਆਪਣਾ ਕੁੱਤਾ ਵੀ ਪਰਾਮ ਨਾਲ ਬੰਨ੍ਹਿਆ ਹੋਇਆ ਹੈ। ਕੁੱਤੇ ਦਾ ਨਾਂ ਜੈਕ ਹੈ। ਜੈਕ ਵੀ ਕਮਲਦੀਪ ਨਾਲ ਬਾਹਰ ਜਾਣਾ ਪਸੰਦ ਕਰਦਾ ਹੈ।

ਜਦੋਂ ਵੀ ਕਮਲਦੀਪ ਬਜ਼ਾਰ ਜਾਂਦੀ ਹੈ, ਉਹ ਅਮਰ ਅਤੇ ਜੈਕ ਨੂੰ ਆਪਣੇ ਨਾਲ ਲੈ ਕੇ ਜਾਂਦੀ ਹੈ। ਕਮਲਦੀਪ ਦਾ ਪਤੀ ਮਿਸਟਰ ਸੰਧੂ ਫ਼ੈਕਟਰੀ ਵਿੱਚ ਕੰਮ ਕਰਦਾ ਹੈ। ਪਰ ਕਮਲਦੀਪ ਅਮਰ ਦੀ ਦੇਖ-ਭਾਲ ਅਤੇ ਹੋਰ ਘਰ ਦਾ ਕੰਮ ਹੀ ਕਰਦੀ ਹੈ।

ਕਮਲਦੀਪ ਬਜ਼ਾਰ ਵਿੱਚ ਪਹੁੰਚ ਗਈ ਹੈ । ਉਸ ਦਾ ਕੁੱਤਾ ਜੈਕ ਵੀ ਉਸ ਦੇ ਨਾਲ ਹੈ ।
ਮਿਸਟਰ ਗਿੱਲ ਵੀ ਉੱਥੇ ਕੁਝ ਚੀਜ਼ਾਂ ਖ਼ਰੀਦਣ ਲਈ ਆਇਆ ਹੋਇਆ ਹੈ । ਉਹ
ਉਸ ਦੇ ਪਤੀ ਮਿਸਟਰ ਸੰਧੂ ਦਾ ਹਾਲ-ਚਾਲ ਪੁੱਛਦਾ ਹੈ । ਬਜ਼ਾਰ ਵਿੱਚ ਹਰ ਤਰ੍ਹਾਂ
ਦੀਆਂ ਦੁਕਾਨਾਂ ਹਨ । ਕਮਲਦੀਪ ਨੇ ਕੁਝ ਫਲ ਖ਼ਰੀਦਣੇ ਹਨ । ਇਸ ਲਈ ਉਹ
ਫਲਾਂ ਦੀ ਦੁਕਾਨ ਦੇ ਕੋਲ ਪਹੁੰਚ ਗਈ ਹੈ ।

ਫਲਾਂ ਦੀ ਦੁਕਾਨ ਵਾਲੇ ਨੇ ਸਾਰੇ ਫਲ ਬੜੇ ਸਜਾ ਕੇ ਰੱਖੇ ਹੋਏ ਹਨ । ਇਸ ਦੁਕਾਨ ਤੋਂ
ਤੁਸੀਂ ਕੇਲੇ, ਸੰਗਤਰੇ, ਅੰਗੂਰ, ਅੰਬ, ਖਰਬੂਜ਼ੇ, ਸੇਬ ਅਤੇ ਹੋਰ ਕਈ ਤਰ੍ਹਾਂ ਦੇ ਫਲ
ਖ਼ਰੀਦ ਸਕਦੇ ਹੋ । ਕਮਲਦੀਪ ਨੇ ਕੇਲੇ, ਅੰਬ ਅਤੇ ਸੰਗਤਰੇ ਖ਼ਰੀਦਣੇ ਹਨ ।

ਬਜ਼ਾਰ ਕਮਲਦੀਪ ਦੇ ਘਰ ਤੋਂ ਕੋਈ ਬਹੁਤ ਦੂਰ ਨਹੀਂ ਹੈ । ਇਸ ਲਈ ਉਹ ਬਜ਼ਾਰ ਨੂੰ
ਤੁਰ ਕੇ ਜਾਣਾ ਪਸੰਦ ਕਰਦੀ ਹੈ । ਜੈਕ ਵੀ ਬਜ਼ਾਰ ਨੂੰ ਤੁਰ ਕੇ ਜਾਣ ਨਾਲ ਬਹੁਤ ਖ਼ੁਸ਼
ਹੁੰਦਾ ਹੈ । ਇਸ ਤਰ੍ਹਾਂ ਉਸ ਦੀ ਅਤੇ ਉਸ ਦੇ ਕੁੱਤੇ ਜੈਕ ਦੀ ਕਸਰਤ ਵੀ ਹੋ ਜਾਂਦੀ ਹੈ ।

ਅਭਿਆਸ (Exercise)

Write the answers of the following questions in your note book :

1. Answer the following questions in English :

1. What is the name of Kamaldeep's son ?

   ....

2. What does Kamaldeep's husband do ?

   ....

3. What does Kamaldeep do ?

   ....

4. Whom does Kamaldeep meet in the market and what do they talk about ?

   ....

   ....

5. What does she want to buy ?

   ....

6. Why does she like to walk to the market ?

   ....

2. (a) ਕਮਲਦੀਪ ਕਿੱਥੇ ਜਾ ਰਹੀ ਹੈ !

1.	ਸਕੂਲ ਵੱਲ
2.	ਬਜ਼ਾਰ ਵੱਲ
3.	ਰੇਲਵੇ ਸਟੇਸ਼ਨ ਵੱਲ

ਠੀਕ ਉੱਤਰ ਦਾ ਨੰਬਰ ਖ਼ਾਨੇ ਵਿੱਚ ਲਿਖੋ। ☐

(b) ਅਮਰ ਕਿੱਥੇ ਹੈ ?

1.	ਬੈੱਡ ਵਿੱਚ
2.	ਪਰਾਮ ਵਿੱਚ
3.	ਸਕੂਲ ਵਿੱਚ

ਠੀਕ ਉੱਤਰ ਦਾ ਨੰਬਰ ਖ਼ਾਨੇ ਵਿੱਚ ਲਿਖੋ।

(c) ਕਮਲਦੀਪ ਦੇ ਕੁੱਤੇ ਦਾ ਕੀ ਨਾਂ ਹੈ ?

1.	ਜੈਕ
2.	ਅਮਰ
3.	ਪੀਟਰ

ਠੀਕ ਉੱਤਰ ਦਾ ਨੰਬਰ ਖ਼ਾਨੇ ਵਿੱਚ ਲਿਖੋ।

(d) ਮਿਸਟਰ ਸੰਧੂ ਕਿੱਥੇ ਕੰਮ ਕਰਦਾ ਹੈ ?

1.	ਸਕੂਲ ਵਿੱਚ
2.	ਫ਼ੈਕਟਰੀ ਵਿੱਚ
3.	ਦੁਕਾਨ ਵਿੱਚ

ਠੀਕ ਉੱਤਰ ਦਾ ਨੰਬਰ ਖ਼ਾਨੇ ਵਿੱਚ ਲਿਖੋ।

3. ਹੇਠ ਲਿਖੇ ਪ੍ਰਸ਼ਨਾਂ ਦੇ ਉੱਤਰ ਪੰਜਾਬੀ ਵਿੱਚ ਲਿਖੋ :

1. ਕਮਲਦੀਪ ਕਿੱਥੇ ਪਹੁੰਚ ਗਈ ਹੈ ?

   ....

2. ਕਮਲਦੀਪ ਨੇ ਕੀ ਖ਼ਰੀਦਣਾ ਹੈ ?

   ....

3. ਅਮਰ ਕਿੱਥੇ ਹੈ ?

   ....

4. ਕਮਲਦੀਪ ਬਜ਼ਾਰ ਨੂੰ ਤੁਰ ਕੇ ਕਿਉਂ ਜਾਣਾ ਚਾਹੁੰਦੀ ਹੈ ?

   ....

5. ਬਜ਼ਾਰ ਵਿੱਚ ਕਮਲਦੀਪ ਨੂੰ ਹੋਰ ਕੌਣ ਮਿਲਦਾ ਹੈ ?

   ....

4. ਖ਼ਾਲੀ ਥਾਵਾਂ ਭਰੋ :

1. ਉਸ ਦਾ......................ਜੈਕ ਵੀ ਉਸ ਦੇ ਨਾਲ ਹੈ।
2. ਕਮਲਦੀਪ ਨੇ ਕੁਝ.....................ਖ਼ਰੀਦਣੇ ਹਨ।
3. ਜੈਕ ਵੀ......................ਨੂੰ ਤੁਰ ਕੇ ਜਾਣਾ ਪਸੰਦ ਕਰਦਾ ਹੈ।
4. ਫਲਾਂ ਦੀ.....................ਵਾਲੇ ਨੇ ਸਾਰੇ...................ਬੜੇ ਸਜਾ ਕੇ ਰੱਖੇ ਹੋਏ ਹਨ।

5. ਕਮਲਦੀਪ ਬਾਰੇ ਕੋਈ ਚਾਰ ਵਾਕ ਆਪਣੇ ਸ਼ਬਦਾਂ ਵਿੱਚ ਪੰਜਾਬੀ ਵਿੱਚ ਲਿਖੋ।

....

....

....

....

6. Translate the last two paragraphs into English.

7. Translate the following sentences into Panjabi :

1. I always walk to the market.
2. I do not like travelling by bus.
3. The market is not very far from our house.
4. We buy bananas, grapes and oranges from the market.
5. We take our dog with us to the market.

8. ਉਹ ਦੋ ਵਾਕ ਚੁਣੋ, ਜਿਹੜੇ ਠੀਕ ਹਨ ਅਤੇ ਹੇਠਾਂ ਦਿੱਤੇ ਖ਼ਾਨਿਆਂ ਵਿੱਚ ਉਹਨਾਂ ਦੇ ਸਾਹਮਣੇ ਵਾਲਾ ਨੰਬਰ ਲਿਖੋ।

A	ਕਮਲਦੀਪ ਇੱਕ ਅਧਿਆਪਕ ਹੈ।
B	ਅਮਰ ਕਮਲਦੀਪ ਦਾ ਮੁੰਡਾ ਹੈ।
C	ਕਮਲਦੀਪ ਬਸ ਵਿੱਚ ਬਜ਼ਾਰ ਜਾਣਾ ਪਸੰਦ ਕਰਦੀ ਹੈ।
D	ਕਮਲਦੀਪ ਨੇ ਬਜ਼ਾਰ ਤੋਂ ਕੁਝ ਫਲ ਖ਼ਰੀਦੇ ਹਨ।
E	ਬਜ਼ਾਰ ਕਮਲਦੀਪ ਦੇ ਘਰ ਤੋਂ ਬਹੁਤ ਦੂਰ ਹੈ।

ਲਾਲਚੀ ਕੁੱਤਾ

ਇੱਕ ਕੁੱਤਾ ਸੀ। ਉਹ ਬਹੁਤ ਭੁੱਖਾ ਸੀ। ਉਹ ਇੱਧਰ ਉੱਧਰ ਭੋਜਨ ਲਈ ਗਿਆ, ਪਰ ਉਸ ਨੂੰ ਕੁਝ ਵੀ ਨਾ ਮਿਲਿਆ। ਉਹ ਇੱਕ ਬੁੱਚੜ ਦੀ ਦੁਕਾਨ ਉੱਤੇ ਪਹੁੰਚਿਆ। ਉੱਥੇ ਉਸ ਨੂੰ ਇੱਕ ਮਾਸ ਦਾ ਟੁਕੜਾ ਦਿੱਸਿਆ।

ਕੁੱਤਾ ਮਾਸ ਦਾ ਟੁਕੜਾ ਚੋਰੀ ਕਰ ਕੇ ਦੌੜ ਗਿਆ। ਉਹ ਮਾਸ ਦਾ ਟੁਕੜਾ ਕਿਸੇ ਨਵੇਕਲੀ ਥਾਂ ਉੱਤੇ ਖਾਣਾ ਚਾਹੁੰਦਾ ਸੀ।

ਰਸਤੇ ਵਿੱਚ ਉਹ ਇੱਕ ਦਰਿਆ ਦੇ ਪੁਲ ਉੱਤੇ ਪੁੱਜਿਆ। ਉਸ ਨੇ ਪਾਣੀ ਵਿੱਚ ਆਪਣਾ ਪਰਛਾਵਾਂ ਦੇਖਿਆ। ਪਾਣੀ ਵਿੱਚ ਉਸ ਨੂੰ ਇੱਕ ਹੋਰ ਕੁੱਤਾ ਨਜ਼ਰ ਆਇਆ, ਜਿਸ ਦੇ ਮੂੰਹ ਵਿੱਚ ਵੀ ਮਾਸ ਦਾ ਟੁਕੜਾ ਸੀ।

ਭੁੱਖੇ ਤੇ ਲਾਲਚੀ ਕੁੱਤੇ ਨੇ ਉਹ ਟੁਕੜਾ ਵੀ ਲੈਣਾ ਚਾਹਿਆ। ਉਸ ਨੇ ਭੌਂਕਣਾ ਸ਼ੁਰੂ

ਕੀਤਾ। ਉਸ ਦੇ ਮੂੰਹ ਵਿੱਚਲਾ ਟੁਕੜਾ ਵੀ ਪਾਣੀ ਵਿੱਚ ਜਾ ਡਿੱਗਿਆ। ਉਹ ਬਹੁਤ ਉਦਾਸ ਹੋਇਆ। ਇਸ ਤਰ੍ਹਾਂ ਕੁੱਤਾ ਭੁੱਖਾ ਹੀ ਰਹਿ ਗਿਆ। ਆਪਣੀ ਇਸ ਗ਼ਲਤੀ ਕਾਰਨ ਕੁੱਤਾ ਬਹੁਤ ਪਛਤਾਇਆ। ਇਸ ਤੋਂ ਇਹ ਸਿੱਖਿਆ ਮਿਲਦੀ ਹੈ ਕਿ ਸਾਨੂੰ ਬਹੁਤਾ ਲਾਲਚ ਨਹੀਂ ਕਰਨਾ ਚਾਹੀਦਾ।

ਅਭਿਆਸ (Exercise)

Write the answers of the following questions in your note book :

1. Tell this story to your friend in English.

ਇਸ ਕਹਾਣੀ ਨੂੰ ਆਪਣੇ ਮਿੱਤਰ/ਆਪਣੀ ਸਹੇਲੀ ਨੂੰ ਅੰਗਰੇਜ਼ੀ ਵਿੱਚ ਦੱਸੋ।

2. Tell this story to your friend in Panjabi.

ਇਸ ਕਹਾਣੀ ਨੂੰ ਆਪਣੇ ਮਿੱਤਰ/ਆਪਣੀ ਸਹੇਲੀ ਨੂੰ ਪੰਜਾਬੀ ਵਿੱਚ ਦੱਸੋ।

3. Answer the following questions in English :

1. What did the dog steal from the butcher's shop and where did he go?

   ....

   ....

2. What did the dog see in the water and what did he do?

   ....

   ....

3. What did the dog feel?

   ....

   ....

4. Translate the following sentences into Panjabi :

1. The dog was very hungry.
2. He went to a butcher's shop.
3. He found a piece of meat.
4. He saw his reflection in the water.
5. The piece of meat fell in the water.
6. The dog was very unhappy.

5. Match the Panjabi words with their English equivalents:

Panjabi	English
ਭੁੱਖਾ	Repented
ਇੱਧਰ ਉੱਧਰ	Greedy
ਭੋਜਨ	Bridge
ਟੁਕੜਾ	Hungry
ਦਰਿਆ	Piece
ਪੁਲ	Food
ਪਰਛਾਵਾਂ	Lesson
ਲਾਲਚੀ	River
ਪਛਤਾਇਆ	Here and there
ਸਿੱਖਿਆ	Reflection

6. Answer the following questions in Panjabi :

ਹੇਠ ਲਿਖੇ ਪ੍ਰਸ਼ਨਾਂ ਦੇ ਉੱਤਰ ਪੰਜਾਬੀ ਵਿੱਚ ਲਿਖੋ :

1. ਬੁੱਚੜ ਦੀ ਦੁਕਾਨ 'ਤੇ ਕੁੱਤੇ ਨੂੰ ਕੀ ਮਿਲਿਆ ?

....

2. ਕੁੱਤਾ ਮਾਸ ਦਾ ਟੁਕੜਾ ਕਿੱਥੇ ਖਾਣਾ ਚਾਹੁੰਦਾ ਸੀ ?

....

3. ਕੁੱਤੇ ਨੇ ਪਾਣੀ ਵਿੱਚ ਕੀ ਦੇਖਿਆ ?

....

4. ਕੁੱਤੇ ਨੇ ਭੌਂਕਣਾ ਕਿਉਂ ਸ਼ੁਰੂ ਕੀਤਾ ?

....

5. ਉਸ ਦਾ ਆਪਣਾ ਮਾਸ ਦਾ ਟੁਕੜਾ ਕਿੱਥੇ ਗਿਆ ?

....

6. ਇਸ ਕਹਾਣੀ ਤੋਂ ਕੀ ਸਿੱਖਿਆ ਮਿਲਦੀ ਹੈ ?

....

7. Fill in the blanks :
ਖ਼ਾਲੀ ਥਾਵਾਂ ਭਰੋ :

1. ਇੱਕ......................ਬਹੁਤ ਭੁੱਖਾ ਸੀ।
2. ਉਹ ਇੱਕ ਬੁੱਚੜ ਦੀ......................ਉੱਤੇ ਪਹੁੰਚਿਆ।
3. ਉੱਥੇ ਉਸ ਨੂੰ ਇੱਕ ਮਾਸ ਦਾ......................ਮਿਲਿਆ।
4. ਉਸ ਨੇ ਪਾਣੀ ਵਿੱਚ ਆਪਣਾ......................ਦੇਖਿਆ।
5. ਭੁੱਖੇ ਤੇ......................ਕੁੱਤੇ ਨੇ ਉਹ......................ਵੀ ਲੈਣਾ ਚਾਹਿਆ।

8. Use the following words in your own sentences :
ਹੇਠ ਲਿਖਿਆਂ ਸ਼ਬਦਾਂ ਨੂੰ ਆਪਣੇ ਵਾਕਾਂ ਵਿੱਚ ਵਰਤੋ :

1. ਭੁੱਖਾ
2. ਭੋਜਨ
3. ਟੁਕੜਾ
4. ਦੌੜ
5. ਖਾਣਾ
6. ਦਰਿਆ
7. ਪੁਲ
8. ਪਾਣੀ
9. ਪਰਛਾਵਾਂ
10. ਉਦਾਸ

9. Which two statements are correct ? Write the letter of the correct answer in the boxes.

A	The dog was very hungry.
B	He went to a restaurant.
C	He stole some bread.
D	He started to bark after seeing his face in the water.
E	After that the dog was very happy.

☐ ☐

ਗੁਰਦਵਾਰਾ : ਸਿੱਖਾਂ ਦਾ ਧਾਰਮਿਕ ਅਸਥਾਨ

ਸ਼ਰਨਪ੍ਰੀਤ : ਇਹ ਸਾਹਮਣੇ ਕੀ ਹੈ ? ਬਹੁਤ ਵੱਡੀ ਇਮਾਰਤ ਹੈ।

ਅਮਨਦੀਪ : ਇਹ ਗੁਰਦਵਾਰਾ ਹੈ।

ਸ਼ਰਨਪ੍ਰੀਤ : ਗੁਰਦਵਾਰਾ ਕੀ ਹੁੰਦਾ ਹੈ ?

ਅਮਨਦੀਪ : ਤੈਨੂੰ ਇਹ ਵੀ ਪਤਾ ਨਹੀਂ ? ਇਹ ਸਿੱਖਾਂ ਦਾ ਧਾਰਮਿਕ ਅਸਥਾਨ ਹੁੰਦਾ ਹੈ।

ਸ਼ਰਨਪ੍ਰੀਤ : ਗੁਰਦਵਾਰੇ ਵਿੱਚ ਲੋਕ ਕੀ ਕਰਦੇ ਹਨ ?

ਅਮਨਦੀਪ : ਗੁਰਦਵਾਰੇ ਵਿੱਚ ਲੋਕ ਸਿੱਖਾਂ ਦੀ ਧਾਰਮਿਕ ਕਿਤਾਬ ਵਿੱਚੋਂ ਪਾਠ ਅਤੇ ਕੀਰਤਨ ਸੁਣਦੇ ਹਨ।

ਸ਼ਰਨਪ੍ਰੀਤ : ਸਿੱਖਾਂ ਦੀ ਧਾਰਮਿਕ ਕਿਤਾਬ ਦਾ ਨਾਂ ਕੀ ਹੈ ?

ਅਮਨਦੀਪ : ਸਿੱਖਾਂ ਦੀ ਧਾਰਮਿਕ ਕਿਤਾਬ ਦਾ ਨਾਂ ਸ੍ਰੀ ਗੁਰੂ ਗ੍ਰੰਥ ਸਾਹਿਬ ਹੈ। ਸਾਰੇ ਸਿੱਖ ਸ੍ਰੀ ਗੁਰੂ ਗ੍ਰੰਥ ਸਾਹਿਬ ਦਾ ਬਹੁਤ ਸਨਮਾਨ ਕਰਦੇ ਹਨ।

ਸ਼ਰਨਪ੍ਰੀਤ : ਪਾਠ ਕੀ ਹੁੰਦਾ ਹੈ ?

ਅਮਨਦੀਪ : ਸ੍ਰੀ ਗੁਰੂ ਗ੍ਰੰਥ ਸਾਹਿਬ ਪੜ੍ਹਨ ਨੂੰ ਪਾਠ ਕਰਨਾ ਕਹਿੰਦੇ ਹਨ।

ਸ਼ਰਨਪ੍ਰੀਤ : ਕੀਰਤਨ ਕੀ ਹੁੰਦਾ ਹੈ ?

ਅਮਨਦੀਪ : ਸ੍ਰੀ ਗੁਰੂ ਗ੍ਰੰਥ ਸਾਹਿਬ ਦੇ ਸਲੋਕਾਂ ਨੂੰ ਗਾ ਕੇ ਸੁਣਾਉਣ ਨੂੰ ਕੀਰਤਨ ਕਰਨਾ ਕਹਿੰਦੇ ਹਨ।

ਸ਼ਰਨਪ੍ਰੀਤ : ਗੁਰਦਵਾਰੇ ਵਿੱਚ ਪਾਠ ਕੌਣ ਕਰਦਾ ਹੈ ?

ਅਮਨਦੀਪ : ਗੁਰਦਵਾਰੇ ਵਿੱਚ ਪਾਠ ਕਰਨ ਵਾਲੇ ਨੂੰ ਪਾਠੀ ਕਹਿੰਦੇ ਹਨ। ਪਾਠ ਕਰਨ ਤੋਂ ਪਹਿਲਾਂ ਪਾਠੀ ਇਸ਼ਨਾਨ ਕਰਦਾ ਹੈ ਅਤੇ ਉਸਨੂੰ ਸਾਫ਼ ਸੁਥਰੇ ਕੱਪੜੇ ਪਾਉਣੇ ਪੈਂਦੇ ਹਨ।

ਸ਼ਰਨਪ੍ਰੀਤ : ਕੀ ਗੁਰਦਵਾਰੇ ਵਿੱਚ ਹਰ ਕੋਈ ਆ ਸਕਦਾ ਹੈ ?

ਅਮਨਦੀਪ : ਹਾਂ, ਗੁਰਦਵਾਰੇ ਵਿੱਚ ਕਿਸੇ ਨੂੰ ਵੀ ਜਾਣ ਤੋਂ ਰੋਕਿਆ ਨਹੀਂ ਜਾਂਦਾ। ਹਰ ਇਸਤਰੀ ਪੁਰਸ਼ ਭਾਵੇਂ ਉਹ ਕਿਸੇ ਵੀ ਧਰਮ, ਪਾਰਟੀ ਜਾਂ ਰੰਗ ਦਾ ਹੋਵੇ, ਗੁਰਦਵਾਰੇ ਜਾ ਸਕਦਾ ਹੈ ਪਰ ਗੁਰਦਵਾਰੇ ਦੇ ਅੰਦਰ ਜਾਣ ਤੋਂ ਪਹਿਲਾਂ ਕੁਝ ਗੱਲਾਂ ਦਾ ਖ਼ਾਸ ਧਿਆਨ ਰੱਖਣਾ ਪੈਂਦਾ ਹੈ।

ਸ਼ਰਨਪ੍ਰੀਤ : ਗੁਰਦਵਾਰੇ ਜਾਣ ਤੋਂ ਪਹਿਲਾਂ ਕੀ ਕਰਨਾ ਚਾਹੀਦਾ ਹੈ ?

ਅਮਨਦੀਪ : ਗੁਰਦਵਾਰੇ ਜਾਣ ਤੋਂ ਪਹਿਲਾਂ ਹੇਠ ਲਿਖੀਆਂ ਗੱਲਾਂ ਵੱਲ ਧਿਆਨ ਦੇਣਾ ਚਾਹੀਦਾ ਹੈ :

1) ਆਪਣਾ ਸਿਰ ਕਿਸੇ ਰੁਮਾਲ ਨਾਲ ਢੱਕ ਲੈਣਾ ਚਾਹੀਦਾ ਹੈ। ਜੇ ਤੁਸੀਂ ਪੱਗੜੀ ਬੰਨ੍ਹੀ ਹੈ ਜਾਂ ਚੁੰਨੀ ਲਈ ਹੋਈ ਹੈ ਤਾਂ ਠੀਕ ਹੈ।

2) ਤੁਹਾਡੇ ਪਾਸ ਕੋਈ ਤੰਬਾਕੂ ਵਾਲੀ ਚੀਜ਼ ਸਿਗਰਟ ਆਦਿ ਨਹੀਂ ਹੋਣੀ ਚਾਹੀਦੀ।

3) ਆਪਣੀ ਜੁੱਤੀ ਖੋਲ੍ਹ ਕੇ ਬਾਹਰ ਰੱਖਣੀ ਚਾਹੀਦੀ ਹੈ।

4) ਬੀਅਰ ਜਾਂ ਸ਼ਰਾਬ ਪੀ ਕੇ ਗੁਰਦਵਾਰੇ ਵਿੱਚ ਨਹੀਂ ਜਾਣਾ ਚਾਹੀਦਾ।

ਸ਼ਰਨਪ੍ਰੀਤ : ਗੁਰਦਵਾਰੇ ਦੇ ਅੰਦਰ ਜਾ ਕੇ ਕੀ ਕਰਨਾ ਚਾਹੀਦਾ ਹੈ ?

ਅਮਨਦੀਪ : ਗੁਰਦਵਾਰੇ ਦੇ ਅੰਦਰ ਜਾ ਕੇ ਸ੍ਰੀ ਗੁਰੂ ਗ੍ਰੰਥ ਸਾਹਿਬ ਦੇ ਅੱਗੇ ਮੱਥਾ ਟੇਕ ਕੇ ਬੈਠ ਜਾਣਾ ਚਾਹੀਦਾ ਹੈ।

ਸ਼ਰਨਪ੍ਰੀਤ : ਕੀ ਗੁਰਦਵਾਰੇ ਦੇ ਅੰਦਰ ਕਿਤੇ ਵੀ ਬੈਠ ਸਕਦੇ ਹੋ ?

ਅਮਨਦੀਪ : ਹਾਂ, ਤੁਸੀਂ ਕਿਤੇ ਵੀ ਬੈਠ ਸਕਦੇ ਹੋ ਪਰ ਆਮ ਤੌਰ 'ਤੇ ਇਸਤਰੀਆਂ ਇੱਕ ਪਾਸੇ ਅਤੇ ਪੁਰਸ਼ ਦੂਜੇ ਪਾਸੇ ਬੈਠਦੇ ਹਨ। ਇਹ ਇੱਕ ਰਿਵਾਜ ਹੀ ਬਣ ਗਿਆ ਹੈ, ਵੈਸੇ ਇਸ ਬਾਰੇ ਕੋਈ ਖ਼ਾਸ ਨਿਯਮ ਨਹੀਂ ਹਨ।

ਸ਼ਰਨਪ੍ਰੀਤ : ਤੈਨੂੰ ਤਾਂ ਅਮਨਦੀਪ ਗੁਰਦਵਾਰੇ ਬਾਰੇ ਬਹੁਤ ਜਾਣਕਾਰੀ ਹੈ। ਮੈਨੂੰ ਤਾਂ ਕੁਝ ਪਤਾ ਹੀ ਨਹੀਂ ਸੀ। ਮੈਂ ਤੇਰੇ ਕੋਲੋਂ ਅੱਜ ਬਹੁਤ ਕੁਝ ਸਿੱਖਿਆ ਹੈ। ਮੈਂ ਤੇਰਾ ਬਹੁਤ ਧੰਨਵਾਦੀ ਹਾਂ। ਕੀ ਤੂੰ ਮੈਨੂੰ ਗੁਰਦਵਾਰੇ ਅਤੇ ਸਿੱਖ ਧਰਮ ਬਾਰੇ ਕੁਝ ਹੋਰ ਗੱਲਾਂ ਵੀ ਦੱਸ ਸਕਦਾ ਹੈਂ ?

ਅਮਨਦੀਪ : ਅੱਜ ਤਾਂ ਨਹੀਂ ਕਿਉਂਕਿ ਅੱਜ ਮੈਂ ਘਰ ਜਲਦੀ ਜਾਣਾ ਹੈ, ਪਰ ਫੇਰ ਕਿਤੇ ਜੇ ਸਮਾਂ ਮਿਲਿਆ ਤਾਂ ਜ਼ਰੂਰ ਦੱਸਾਂਗਾ।

ਅਭਿਆਸ (Exercise)

Write the answers of the following questions in your note book :

1. Answer the following questions in English :

1. What is a Gurdwara ?

   ....

2. Why do people go to the Gurdwara ? Give two reasons.

   ....

   ....

3. On what day do most people go to the Gurdwara in England and why ?

   ....

4. Write four things which people should do before entering the Gurdwara.

   ....

   ....

   ....

   ....

5. Who do you think knows more about the Gurdwara and why ?

   ....

2. ਉਹ ਦੋ ਵਾਕ ਚੁਣੋ, ਜਿਹੜੇ ਠੀਕ ਹਨ ਅਤੇ ਹੇਠਾਂ ਦਿੱਤੇ ਖ਼ਾਨਿਆਂ ਵਿੱਚ ਉਹਨਾਂ ਦੇ ਸਾਹਮਣੇ ਵਾਲਾ ਨੰਬਰ ਲਿਖੋ।

A	ਗੁਰਦਵਾਰੇ ਵਿੱਚ ਹਰ ਕੋਈ ਨਹੀਂ ਜਾ ਸਕਦਾ।
B	ਗੁਰਦਵਾਰੇ ਵਿੱਚ ਪਾਠ ਕਰਨ ਵਾਲੇ ਨੂੰ ਰਾਗੀ ਕਹਿੰਦੇ ਹਨ।
C	ਗੁਰਦਵਾਰੇ ਵਿਚ ਮੁਫ਼ਤ ਲੰਗਰ ਮਿਲਦਾ ਹੈ।
D	ਤੁਸੀਂ ਨੰਗੇ ਸਿਰ ਗੁਰਦਵਾਰੇ ਜਾ ਸਕਦੇ ਹੋ।
E	ਸ਼ਰਾਬ ਪੀ ਕੇ ਗੁਰਦਵਾਰੇ ਅੰਦਰ ਜਾਣਾ ਮਨ੍ਹਾਂ ਹੈ।

☐   ☐

3. **From the text write the Panjabi words equivalent to the following English words :**

English	Panjabi	English	Panjabi
Infront		Clean	
Building		Clothes	
Religious		Religion	
Do not know		Forehead	
Honour		Rules	
Bath		Thankful	

4. **Answer the following questions in Panjabi :**
   ਹੇਠ ਲਿਖੇ ਪ੍ਰਸ਼ਨਾਂ ਦੇ ਉੱਤਰ ਪੰਜਾਬੀ ਵਿੱਚ ਲਿਖੋ :

   1. ਗੁਰਦਵਾਰਾ ਕੀ ਹੁੰਦਾ ਹੈ ?

   ....

   2. ਲੋਕੀਂ ਗੁਰਦਵਾਰੇ ਕਿਉਂ ਜਾਂਦੇ ਹਨ ? ਦੋ ਕਾਰਨ ਦੱਸੋ।

   ....

   3. ਇੰਗਲੈਂਡ ਵਿੱਚ ਜ਼ਿਆਦਾ ਲੋਕੀਂ ਕਿਸ ਦਿਨ ਗੁਰਦਵਾਰੇ ਜਾਂਦੇ ਹਨ ? ਕਿਉਂ ?

   ....

   ....

   4. ਕੋਈ ਤਿੰਨ ਗੱਲਾਂ ਲਿਖੋ, ਜਿਨ੍ਹਾਂ ਦਾ ਗੁਰਦਵਾਰੇ ਦੇ ਅੰਦਰ ਜਾਣ ਤੋਂ ਪਹਿਲਾਂ ਖ਼ਿਆਲ ਰੱਖਣਾ ਚਾਹੀਦਾ ਹੈ।

   ....

   ....

   5. ਤੁਹਾਡੇ ਖ਼ਿਆਲ ਵਿੱਚ ਗੁਰਦਵਾਰੇ ਬਾਰੇ ਕਿਸ ਨੂੰ ਵਧੇਰੇ ਜਾਣਕਾਰੀ ਹੈ ਅਤੇ ਕਿਉਂ ?

   ....

5. Fill in the blanks :
ਖ਼ਾਲੀ ਥਾਵਾਂ ਭਰੋ :

1. ਸਿੱਖਾਂ ਦਾ ਧਾਰਮਿਕ ਅਸਥਾਨ.....................ਹੁੰਦਾ ਹੈ ।

2. ਸਿੱਖਾਂ ਦੀ ਧਾਰਮਿਕ ਕਿਤਾਬ ਦਾ ਨਾਂ.............................ਹੈ ।

3. ਗੁਰਦਵਾਰੇ ਵਿੱਚ.....................ਕਰਨ ਵਾਲੇ ਨੂੰ.....................ਕਹਿੰਦੇ ਹਨ ।

4. ਗੁਰਦਵਾਰੇ ਦੇ ਅੰਦਰ ਜਾਣ ਤੋਂ ਪਹਿਲਾਂ ਆਪਣੀ.................ਖੋਲ੍ਹ ਕੇ.................ਰੱਖ ਦੇਣੀ ਚਾਹੀਦੀ ਹੈ ।

6. Translate into English :

1. ਗੁਰਦਵਾਰਾ ਸਿੱਖਾਂ ਦਾ ਧਾਰਮਿਕ ਅਸਥਾਨ ਹੈ ।

2. ਗੁਰਦਵਾਰੇ ਵਿੱਚ ਪਾਠੀ ਪਾਠ ਕਰਦਾ ਹੈ ।

3. ਗੁਰਦਵਾਰੇ ਵਿੱਚ ਹਰ ਕੋਈ ਜਾ ਸਕਦਾ ਹੈ ।

4. ਗੁਰਦਵਾਰੇ ਵਿੱਚ ਸਿਗਰਟ ਪੀਣਾ ਮਨ੍ਹਾਂ ਹੈ ।

5. ਗੁਰਦਵਾਰੇ ਵਿੱਚ ਮੁਫ਼ਤ ਖਾਣਾ ਮਿਲਦਾ ਹੈ ।

7. Translate the following passage into Panjabi :

I go to Gurdwara every Sunday with my parents. On Saturday I go there to learn Panjabi. There are many Panjabi classes. Children take much interest to learn Panjabi. The teachers are very good.

ਡਾਕੀਆ

ਇਹ ਡਾਕੀਏ ਦੀ ਤਸਵੀਰ ਹੈ। ਇਸ ਦਾ ਨਾਂ ਮਾਈਕਲ ਹੈ। ਇਸ ਨੂੰ ਸਵੇਰੇ ਬਹੁਤ ਛੇਤੀ ਉੱਠਣਾ ਪੈਂਦਾ ਹੈ। ਇਸ ਦਾ ਕੰਮ ਬਹੁਤ ਔਖਾ ਹੁੰਦਾ ਹੈ। ਇਹ ਸਾਨੂੰ ਚਿੱਠੀਆਂ, ਪਾਰਸਲ ਅਤੇ ਤੋਹਫ਼ੇ ਲਿਆ ਕੇ ਦਿੰਦਾ ਹੈ।

ਵੱਡਿਆਂ ਸ਼ਹਿਰਾਂ ਵਿੱਚ ਬਹੁਤ ਸਾਰੇ ਡਾਕੀਏ ਹੁੰਦੇ ਹਨ ਕਿਉਂਕਿ ਇੱਕ ਡਾਕੀਏ ਵਾਸਤੇ ਸਾਰੇ ਸ਼ਹਿਰ ਵਿੱਚ ਚਿੱਠੀਆਂ ਵੰਡਣਾ ਬਹੁਤ ਔਖਾ ਹੁੰਦਾ ਹੈ। ਇਹ ਆਪਸ

ਵਿੱਚ ਸੜਕਾਂ ਵੰਡ ਲੈਂਦੇ ਹਨ ਕਿ ਕਿਸ ਸੜਕ ਉੱਤੇ ਕਿਸ ਡਾਕੀਏ ਨੇ ਚਿੱਠੀਆਂ ਵੰਡਣੀਆਂ ਹਨ।

ਸਭ ਤੋਂ ਪਹਿਲਾਂ ਡਾਕੀਆ ਹੈੱਡ ਪੋਸਟ ਆਫ਼ਿਸ ਜਾਂਦਾ ਹੈ ਅਤੇ ਉਥੋਂ ਆਪਣੀਆਂ ਸੜਕਾਂ ਵਾਲੀਆਂ ਚਿੱਠੀਆਂ ਇੱਕ ਵੱਡੇ ਬੈਗ ਵਿੱਚ ਪਾ ਕੇ ਲਿਆਉਂਦਾ ਹੈ। ਫੇਰ ਚਿੱਠੀਆਂ ਨੂੰ ਸੜਕ ਦੇ ਨੰਬਰਾਂ ਅਨੁਸਾਰ ਛਾਂਟਦਾ ਹੈ ਅਤੇ ਜਿਸ ਦੀ ਚਿੱਠੀ ਹੋਵੇ ਉਸ ਦੇ ਘਰ ਦੇ ਦਰਵਾਜ਼ੇ ਦੀ ਮੋਰੀ ਵਿੱਚੋਂ ਸੁੱਟ ਦਿੰਦਾ ਹੈ।

ਡਾਕੀਏ ਦੀ ਨੌਕਰੀ ਬਹੁਤ ਔਖੀ ਹੈ। ਉਸ ਨੂੰ ਮੀਂਹ ਅਤੇ ਸਨੋ ਵਿੱਚ ਵੀ ਚਿੱਠੀਆਂ ਵੰਡਣੀਆਂ ਪੈਂਦੀਆਂ ਹਨ। ਉਸ ਨੂੰ ਬਹੁਤ ਭਾਰਾ ਚਿੱਠੀਆਂ ਨਾਲ ਭਰਿਆ ਹੋਇਆ ਥੈਲਾ ਚੁੱਕਣਾ ਪੈਂਦਾ ਹੈ ਅਤੇ ਭਾਰ ਨਾਲ ਉਸ ਦੇ ਮੋਢੇ ਥੱਕ ਜਾਂਦੇ ਹਨ।

ਕ੍ਰਿਸਮਿਸ ਦੀਆਂ ਛੁੱਟੀਆਂ ਤੋਂ ਕੁਝ ਦਿਨ ਪਹਿਲਾਂ ਉਸ ਨੂੰ ਕਈ ਵਾਰ ਡਾਕ ਵੰਡਣੀ ਪੈਂਦੀ ਹੈ। ਲੋਕੀਂ ਆਪਣੇ ਰਿਸ਼ਤੇਦਾਰਾਂ, ਮਿੱਤਰਾਂ ਅਤੇ ਘਰਦਿਆਂ ਨੂੰ ਕ੍ਰਿਸਮਿਸ ਕਾਰਡ ਅਤੇ ਤੋਹਫ਼ੇ ਭੇਜਦੇ ਹਨ। ਇਹ ਕਾਰਡ ਅਤੇ ਤੋਹਫ਼ੇ ਡਾਕੀਆ ਹੀ ਵੰਡਦਾ ਹੈ।

ਡਾਕੀਆ ਸਾਡੇ ਲਈ ਬਹੁਤ ਲਾਭਦਾਇਕ ਹੈ। ਉਸ ਨੂੰ ਕੇਵਲ ਐਤਵਾਰ ਦੀ ਹੀ ਛੁੱਟੀ ਹੁੰਦੀ ਹੈ ਅਤੇ ਹਫ਼ਤੇ ਵਿੱਚ ਛੇ ਦਿਨ ਕੰਮ ਕਰਨਾ ਪੈਂਦਾ ਹੈ।

ਅਭਿਆਸ (Exercise)

Write the answers of the following questions in your note book :

1. Answer the following questions in English :

1. What is the name of the postman ?
2. What does the postman bring for us ?
3. Why do big cities have lots of postmen ?
4. How do the postmen distribute work among themselves in cities ?
5. Why does the postman go to the Head Post Office first ?

2. **Which two statements are true ? Write the letters of the correct answer in the boxes.**

A	The postman gets up late in the morning.
B	His job is very easy.
C	He goes to the head office first.
D	On Saturday he does not work.
E	He works six days a week.

3. **From the text find Panjabi words to their English equivalents.**

English	Panjabi	English	Panjabi
Picture		Doors	
Job		Hard	
Letters		Distribute	
Gifts		Heavy	
Roads		Useful	

4. **Translate the first two paragraphs into English.**

5. **Translate the following into Panjabi :**

The postman brings us letters and parcels. His job is hard. He has to carry a heavy bag. He works six days a week. His job is even harder in winter because it sometimes rains and snows. We got our post at about 11:00 am daily.

6. Answer the following questions in Panjabi :
   ਹੇਠ ਲਿਖੇ ਪ੍ਰਸ਼ਨਾਂ ਦੇ ਉੱਤਰ ਪੰਜਾਬੀ ਵਿੱਚ ਲਿਖੋ :

1. ਡਾਕੀਏ ਦਾ ਕੀ ਨਾਂ ਹੈ ?

   ....

2. ਡਾਕੀਆ ਸਾਡੇ ਵਾਸਤੇ ਕੀ ਲੈ ਕੇ ਆਉਂਦਾ ਹੈ ?

   ....

3. ਵੱਡੇ ਸ਼ਹਿਰਾਂ ਵਿੱਚ ਬਹੁਤੇ ਡਾਕੀਏ ਕਿਉਂ ਹੁੰਦੇ ਹਨ ?

   ....

4. ਸ਼ਹਿਰਾਂ ਵਿੱਚ ਡਾਕੀਏ ਆਪਸ ਵਿੱਚ ਕੰਮ ਕਿਸ ਤਰ੍ਹਾਂ ਵੰਡਦੇ ਹਨ ?

   ....

5. ਡਾਕੀਆ ਸਭ ਤੋਂ ਪਹਿਲਾਂ ਹੈੱਡ ਪੋਸਟ ਆਫ਼ਿਸ ਕਿਉਂ ਜਾਂਦਾ ਹੈ ?

   ....

6. ਡਾਕੀਏ ਨੂੰ ਹਫ਼ਤੇ ਵਿੱਚ ਕਿੰਨੇ ਦਿਨ ਕੰਮ ਕਰਨਾ ਪੈਂਦਾ ਹੈ ਅਤੇ ਉਸ ਨੂੰ ਕਿਸ ਦਿਨ ਛੁੱਟੀ
   ਹੁੰਦੀ ਹੈ ?

   ....

7. ਇਹ ਦੱਸਣ ਲਈ ਕਿ ਉਸ ਦਾ ਕੰਮ ਔਖਾ ਹੈ, ਘੱਟੋ-ਘੱਟ ਚਾਰ ਵਾਕ ਆਪਣੇ ਸ਼ਬਦਾਂ ਵਿੱਚ
   ਲਿਖੋ।

   ....

   ....

   ....

   ....

8. ਡਾਕੀਆ ਸਾਡੇ ਲਈ ਕਿਉਂ ਲਾਭਦਾਇਕ ਹੈ ?

   ....

7. Translate the following sentences into English :

ਡਾਕੀਏ ਦਾ ਕੰਮ ਔਖਾ ਹੈ। ਉਸ ਨੂੰ ਸਵੇਰੇ ਛੇਤੀ ਉੱਠਣਾ ਪੈਂਦਾ ਹੈ। ਉਹ ਪਹਿਲਾਂ ਹੈੱਡ ਪੋਸਟ ਆਫ਼ਿਸ ਜਾਂਦਾ ਹੈ। ਕ੍ਰਿਸਮਿਸ ਦੀਆਂ ਛੁੱਟੀਆਂ ਵਿੱਚ ਉਸ ਨੂੰ ਜ਼ਿਆਦਾ ਕੰਮ ਕਰਨਾ ਪੈਂਦਾ ਹੈ। ਉਸ ਨੂੰ ਐਤਵਾਰ ਹੀ ਛੁੱਟੀ ਹੁੰਦੀ ਹੈ।

8. ਹੇਠ ਲਿਖੀ ਵਾਰਤਾ ਨੂੰ ਇਸ ਦੇ ਹੇਠਾਂ ਦਿੱਤੀ ਲਿਸਟ ਵਿੱਚੋਂ ਸ਼ਬਦਾਂ ਨਾਲ ਪੂਰਾ ਕਰੋ।

ਉਦਾਹਰਣ

ਡਾਕੀਏ ਦੀ ਨੌਕਰੀ ਬਹੁਤ [3] ਹੁੰਦੀ ਹੈ। ਡਾਕੀਆ ਸਾਡੇ ਲਈ [ ] ਲੈ ਕੇ ਆਉਂਦਾ ਹੈ। ਵੱਡੇ [ ] ਵਿੱਚ ਬਹੁਤ ਸਾਰੇ ਡਾਕੀਏ ਹੁੰਦੇ ਹਨ। ਉਸ ਨੂੰ ਮੀਂਹ ਅਤੇ [ ] ਵਿੱਚ ਵੀ ਕੰਮ ਕਰਨਾ ਪੈਂਦਾ ਹੈ। ਉਸ ਨੂੰ ਸਿਰਫ਼ ਐਤਵਾਰ ਨੂੰ ਹੀ [ ] ਹੁੰਦੀ ਹੈ। ਡਾਕੀਏ ਦਾ ਥੈਲਾ ਬਹੁਤ [ ] ਹੁੰਦਾ ਹੈ। ਡਾਕੀਆ ਸਾਡੇ ਲਈ ਬਹੁਤ [ ] ਹੈ।

ਸਹੀ ਸ਼ਬਦਾਂ ਦੇ ਸਾਹਮਣੇ ਵਾਲਾ ਨੰਬਰ ਖ਼ਾਨੇ ਵਿੱਚ ਲਿਖੋ :

1.	ਲਾਭਦਾਇਕ	5.	ਸ਼ਹਿਰਾਂ
2.	ਸਨੋ	6.	ਚਿੱਠੀਆਂ
3.	ਔਖੀ	7.	ਛੁੱਟੀ
4.	ਸੌਖੀ	8.	ਭਾਰਾ

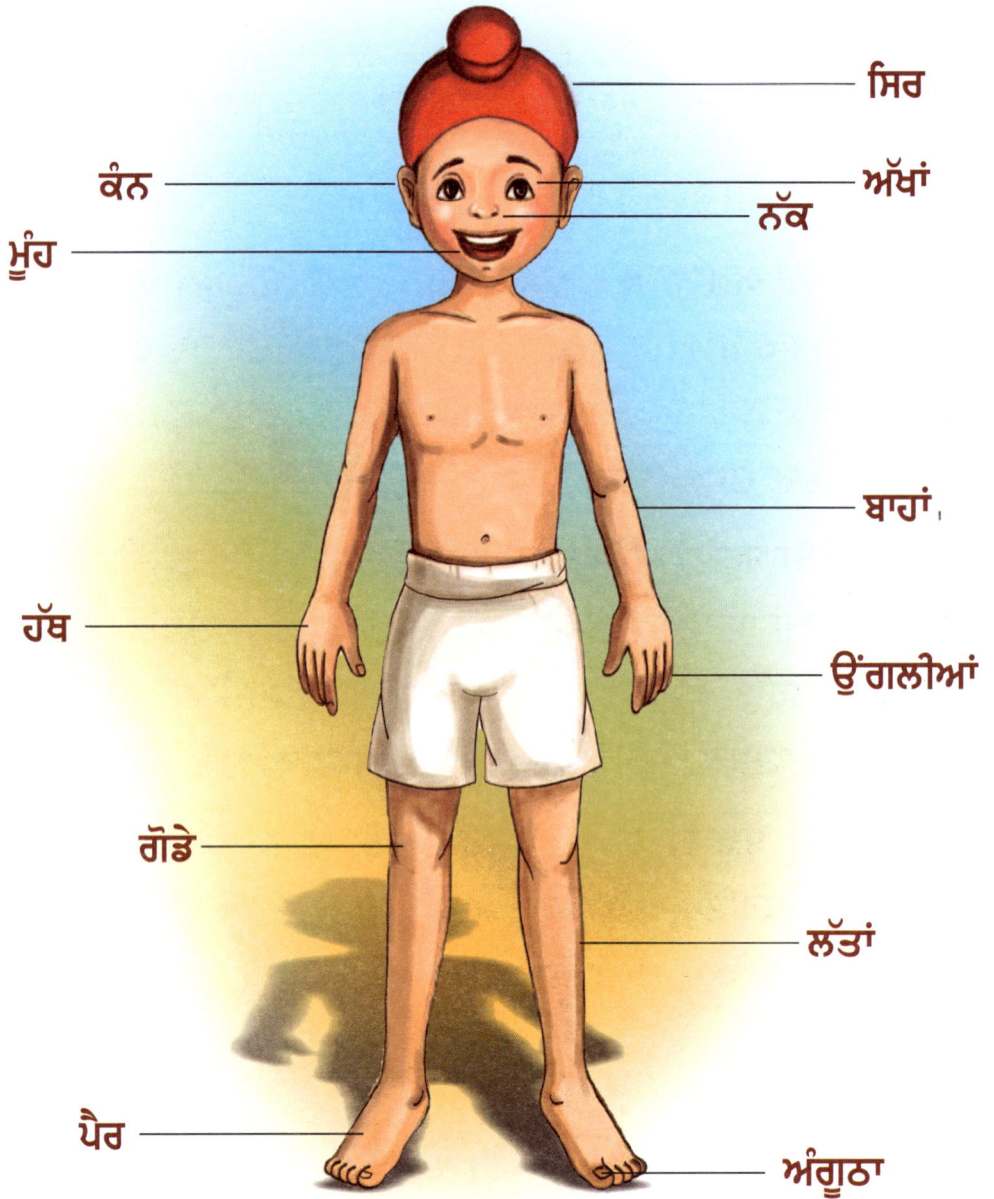

ਸਰੀਰ ਦੇ ਅੰਗ

ਸਿਰ

ਕੰਨ

ਅੱਖਾਂ

ਨੱਕ

ਮੂੰਹ

ਬਾਹਾਂ

ਹੱਥ

ਉਂਗਲੀਆਂ

ਗੋਡੇ

ਲੱਤਾਂ

ਪੈਰ

ਅੰਗੂਠਾ

8

ਸਰੀਰ ਦੇ ਅੰਗ

ਸਾਡਾ ਸਰੀਰ ਕਈ ਅੰਗਾਂ ਨੂੰ ਮਿਲਾ ਕੇ ਬਣਿਆ ਹੈ। ਜਿਵੇਂ ਕਿ ਸਿਰ, ਮੂੰਹ, ਅੱਖਾਂ, ਨੱਕ, ਕੰਨ, ਗਰਦਨ, ਬਾਹਾਂ, ਪੇਟ, ਲੱਤਾਂ, ਹੱਥ, ਪੈਰ, ਜੀਭ, ਆਦਿ। ਹਰ ਅੰਗ ਦਾ ਆਪਣਾ ਆਪਣਾ ਕੰਮ ਹੁੰਦਾ ਹੈ।

ਅਸੀਂ ਆਪਣੀਆਂ ਅੱਖਾਂ ਨਾਲ ਦੇਖਦੇ ਹਾਂ। ਹੱਥਾਂ ਨਾਲ ਕਈ ਪ੍ਰਕਾਰ ਦੇ ਕੰਮ ਕਰਦੇ ਹਾਂ। ਮੂੰਹ ਨਾਲ ਖਾਂਦੇ ਹਾਂ। ਪੈਰਾਂ ਨਾਲ ਤੁਰਨ ਫਿਰਨ ਦਾ ਕੰਮ ਕਰਦੇ ਹਾਂ। ਕੰਨਾਂ ਨਾਲ ਸੁਣਦੇ ਹਾਂ। ਨੱਕ ਨਾਲ ਸੁੰਘਦੇ ਹਾਂ। ਜੀਭ ਨਾਲ ਚੱਖਣ ਜਾਂ ਸੁਆਦ ਲੈਣ ਅਤੇ ਦਿਮਾਗ਼ ਤੋਂ ਸੋਚਣ ਦਾ ਕੰਮ ਲੈਂਦੇ ਹਾਂ।

ਸਰੀਰ ਲਈ ਇਹ ਬਹੁਤ ਜ਼ਰੂਰੀ ਹੈ ਕਿ ਇਸ ਦਾ ਹਰ ਇੱਕ ਅੰਗ ਠੀਕ ਤਰ੍ਹਾਂ ਕੰਮ ਕਰੇ। ਜੇ ਸਾਰਿਆਂ ਅੰਗਾਂ ਵਿੱਚੋਂ ਕੋਈ ਇੱਕ ਅੰਗ ਵੀ ਚੰਗੀ ਤਰ੍ਹਾਂ ਕੰਮ ਕਰਨ ਤੋਂ ਹੱਟ ਜਾਏ ਤਾਂ ਸਰੀਰ ਕੰਮ ਕਰਨ ਤੋਂ ਅਯੋਗ ਬਣ ਜਾਂਦਾ ਹੈ। ਇਸ ਲਈ ਸਾਨੂੰ ਆਪਣੇ ਸਰੀਰ ਦੇ ਹਰੇਕ ਅੰਗ ਦੀ ਪੂਰੀ ਪੂਰੀ ਦੇਖ-ਭਾਲ ਕਰਨੀ ਚਾਹੀਦੀ ਹੈ।

ਸਾਰੇ ਸਰੀਰ ਦੀ ਸਫ਼ਾਈ ਰੱਖਣਾ ਬਹੁਤ ਜ਼ਰੂਰੀ ਹੈ ਤਾਂ ਕਿ ਸਰੀਰ ਨੂੰ ਕਈ ਬੀਮਾਰੀਆਂ ਤੋਂ ਬਚਾਇਆ ਜਾ ਸਕੇ। ਕਸਰਤ ਕਰਨ ਨਾਲ ਵੀ ਸਰੀਰ ਨੂੰ ਕਈ ਬੀਮਾਰੀਆਂ ਤੋਂ ਬਚਾਇਆ ਜਾ ਸਕਦਾ ਹੈ।

ਅਰੋਗ ਸਰੀਰ ਲਈ ਚੰਗੀ ਖ਼ੁਰਾਕ ਖਾਣਾ ਵੀ ਬਹੁਤ ਜ਼ਰੂਰੀ ਹੈ। ਚੰਗੀ ਸਿਹਤ ਲਈ ਸਾਨੂੰ ਤਲੀਆਂ ਚੀਜ਼ਾਂ ਘੱਟ ਖਾਣੀਆਂ ਚਾਹੀਦੀਆਂ ਹਨ। ਪੰਜਾਬੀ ਮਿਠਿਆਈਆਂ ਵੀ ਬਹੁਤੀਆਂ ਨਹੀਂ ਖਾਣੀਆਂ ਚਾਹੀਦੀਆਂ। ਹਰੀਆਂ ਸਬਜ਼ੀਆਂ ਅਤੇ ਫਲ ਵਧੇਰੇ ਖਾਣੇ ਚਾਹੀਦੇ ਹਨ।

ਅਭਿਆਸ (Exercise)

Write the answers of the following questions in your note book :

1. **From the text find out the Panjabi equivalents of the following English words.**

English	Panjabi	English	Panjabi
Body		Stomach	
Parts		Legs	
Head		Hands	
Mouth		Feet	
Eyes		Tongue	
Nose		See	
Ear		Eat	
Neck		Walk	
Arms		Smell	
Taste		Food	

2. ਉਹ ਦੋ ਵਾਕ ਚੁਣੋ, ਜਿਹੜੇ ਠੀਕ ਹਨ ਅਤੇ ਹੇਠਾਂ ਦਿੱਤੇ ਖ਼ਾਨਿਆਂ ਵਿੱਚ ਉਹਨਾਂ ਦੇ ਸਾਹਮਣੇ ਵਾਲਾ ਨੰਬਰ ਲਿਖੋ।

1.	ਅਸੀਂ ਅੱਖਾਂ ਨਾਲ ਸੁਣਦੇ ਹਾਂ।
2.	ਮੂੰਹ ਨਾਲ ਖਾਂਦੇ ਹਾਂ।
3.	ਨੱਕ ਨਾਲ ਦੇਖਦੇ ਹਾਂ।
4.	ਪੈਰਾਂ ਨਾਲ ਤੁਰਦੇ ਹਾਂ।
5.	ਕੰਨਾਂ ਨਾਲ ਸੁੰਘਦੇ ਹਾਂ।

☐   ☐

3. Answer the following questions in Panjabi :
ਹੇਠ ਲਿਖੇ ਪ੍ਰਸ਼ਨਾਂ ਦੇ ਉੱਤਰ ਪੰਜਾਬੀ ਵਿੱਚ ਲਿਖੋ :

1. ਅੱਖਾਂ ਨਾਲ ਅਸੀਂ ਕੀ ਕੰਮ ਕਰਦੇ ਹਾਂ ?

   ....

2. ਕੰਨਾਂ ਨਾਲ ਅਸੀਂ ਕੀ ਕਰਦੇ ਹਾਂ ?

   ....

3. ਜੇ ਸਰੀਰ ਦਾ ਇੱਕ ਅੰਗ ਵੀ ਕੰਮ ਕਰਨ ਤੋਂ ਹੱਟ ਜਾਏ ਤਾਂ ਕੀ ਹੋ ਜਾਂਦਾ ਹੈ ?

   ....

4. ਸਰੀਰ ਨੂੰ ਬੀਮਾਰੀਆਂ ਤੋਂ ਬਚਾਉਣ ਲਈ ਕੀ ਕਰਨਾ ਚਾਹੀਦਾ ਹੈ ?

   ....

5. ਅਸੀਂ ਪੈਰਾਂ ਨਾਲ ਕੀ ਕਰਦੇ ਹਾਂ ?

   ....

4. Fill in the blanks :
ਖ਼ਾਲੀ ਥਾਵਾਂ ਭਰੋ :

1. ਅਸੀਂ ਨੱਕ ਨਾਲ........................ਹਾਂ ।
2. ....ਨਾਲ ਸੋਚਦੇ ਹਾਂ ।
3. ਮੂੰਹ ਨਾਲ....................ਹਾਂ ।
4. ....ਨਾਲ ਕਈ ਪ੍ਰਕਾਰ ਦਾ ਕੰਮ ਕਰਦੇ ਹਾਂ ।
5. ਜੀਭ ਨਾਲ......................ਲੈਣ ਦਾ ਕੰਮ ਕਰਦੇ ਹਾਂ ।

5. Make sentences in Panjabi using the following words :
ਹੇਠ ਲਿਖਿਆਂ ਸ਼ਬਦਾਂ ਨੂੰ ਆਪਣੇ ਵਾਕਾਂ ਵਿੱਚ ਵਰਤੋ :

1. ਬੀਮਾਰੀ
2. ਸੁਆਦ
3. ਪ੍ਰਕਾਰ
4. ਸਫ਼ਾਈ
5. ਸਰੀਰ
6. ਕੰਮ
7. ਅੰਗ
8. ਦੇਖ-ਭਾਲ
9. ਅਯੋਗ
10. ਯੋਗ

6. **Translate the second paragraph in English.**

7. **Translate the following sentences into Panjabi :**

   1. I am in good health.
   2. I take exercise to keep fit.
   3. I do not eat junk food.
   4. I look after all the parts of my body.
   5. I see the doctor when ill.

8. **ਹੇਠ ਦਿੱਤੀ ਵਾਰਤਾ ਨੂੰ ਹੇਠਾਂ ਵਾਲੀ ਲਿਸਟ ਵਿੱਚੋਂ ਸ਼ਬਦਾਂ ਨਾਲ ਪੂਰਾ ਕਰੋ।**

ਉਦਾਹਰਣ

ਸਾਡੇ ਸਰੀਰ ਦੇ ਕਈ [4] ਹਨ। ਅਸੀਂ [ ] ਨਾਲ ਦੇਖਦੇ ਹਾਂ। ਨੱਕ ਨਾਲ [ ] ਹਾਂ ਅਤੇ [ ] ਨਾਲ ਸੋਚਦੇ ਹਾਂ। ਸਾਨੂੰ ਆਪਣੇ ਹਰ ਅੰਗ ਦੀ [ ] ਕਰਨੀ ਚਾਹੀਦੀ ਹੈ। ਬੀਮਾਰੀਆਂ ਤੋਂ ਬਚਣ ਲਈ [ ] ਕਰਨੀ ਜ਼ਰੂਰੀ ਹੈ। ਅਰੋਗ ਸਰੀਰ ਲਈ [ ] ਖ਼ੁਰਾਕ ਖਾਣਾ ਵੀ ਜ਼ਰੂਰੀ ਹੈ।

ਸਹੀ ਸ਼ਬਦਾਂ ਦੇ ਸਾਹਮਣੇ ਵਾਲਾ ਨੰਬਰ ਖ਼ਾਨੇ ਵਿੱਚ ਲਿਖੋ :

1.	ਕਸਰਤ	5.	ਦੇਖਭਾਲ
2.	ਦਿਮਾਗ਼	6.	ਅੱਖਾਂ
3.	ਸੁਣਦੇ	7.	ਸੁੰਘਦੇ
4.	ਅੰਗ	8.	ਚੰਗੀ

9

ਸ਼ੇਰ ਅਤੇ ਚੂਹੀ

ਇੱਕ ਸ਼ੇਰ ਇੱਕ ਜੰਗਲ ਵਿੱਚ ਰਹਿੰਦਾ ਸੀ। ਗਰਮੀਆਂ ਦੇ ਦਿਨ ਸਨ। ਇੱਕ ਦਿਨ ਸ਼ੇਰ ਇੱਕ ਦਰਖ਼ਤ ਦੀ ਠੰਡੀ ਛਾਵੇਂ ਸੁੱਤਾ ਪਿਆ ਸੀ। ਲਾਗੇ ਹੀ ਇੱਕ ਖੁੱਡ ਵਿੱਚ ਇੱਕ ਚੂਹੀ ਰਹਿੰਦੀ ਸੀ। ਚੂਹੀ ਆਪਣੀ ਖੁੱਡ ਵਿੱਚੋਂ ਬਾਹਰ ਨਿਕਲੀ ਅਤੇ ਸ਼ੇਰ ਨੂੰ ਦੇਖ ਕੇ ਉਸ ਨੂੰ ਇੱਕ ਸ਼ਰਾਰਤ ਸੁੱਝੀ। ਉਹ ਸ਼ੇਰ ਦੇ ਸਰੀਰ ਉੱਤੇ ਚੜ੍ਹ ਗਈ ਤੇ ਡਾਂਸ ਕਰਨ ਲੱਗ ਪਈ।

ਸ਼ੇਰ ਨੂੰ ਝੱਟ ਜਾਗ ਆ ਗਈ। ਪਹਿਲਾਂ ਤਾਂ ਸ਼ੇਰ ਨੇ ਚੂਹੀ ਨੂੰ ਕੁਝ ਨਾ ਕਿਹਾ ਪਰ ਜਦ ਉਹ ਡਾਂਸ ਕਰਨ ਤੋਂ ਨਾ ਹਟੀ ਤਾਂ ਸ਼ੇਰ ਨੂੰ ਗ਼ੁੱਸਾ ਆ ਗਿਆ। ਉਸ ਨੇ ਚੂਹੀ ਨੂੰ

ਆਪਣੇ ਪੰਜੇ ਵਿੱਚ ਫੜ ਲਿਆ। ਸ਼ੇਰ ਚੂਹੀ ਨੂੰ ਆਪਣੇ ਪੰਜੇ ਵਿੱਚ ਘੁੱਟ ਕੇ ਮਾਰਨ ਹੀ ਲੱਗਾ ਸੀ ਕਿ ਚੂਹੀ ਨੂੰ ਆਪਣੀ ਗ਼ਲਤੀ ਦਾ ਅਹਿਸਾਸ ਹੋਇਆ ਅਤੇ ਉਹ ਰੋਣ ਲੱਗ ਪਈ। ਚੂਹੀ ਨੇ ਸ਼ੇਰ ਨੂੰ ਬੜੀ ਨਿਮਰਤਾ ਨਾਲ ਕਿਹਾ, "ਹੇ ਜੰਗਲਾਂ ਦੇ ਬਾਦਸ਼ਾਹ, ਮੇਰੇ ਕੋਲੋਂ ਬਹੁਤ ਵੱਡੀ ਭੁੱਲ ਹੋ ਗਈ ਹੈ। ਇਸ ਵਾਰੀ ਮੈਨੂੰ ਮੁਆਫ਼ ਕਰ ਦਿਓ ਅਤੇ ਅੱਗੇ ਤੋਂ ਮੈਂ ਕਦੇ ਵੀ ਐਸੀ ਗ਼ਲਤੀ ਨਹੀਂ ਕਰਾਂਗੀ।"

ਸ਼ੇਰ ਨੂੰ ਚੂਹੀ ਉੱਤੇ ਤਰਸ ਆ ਗਿਆ ਅਤੇ ਉਸ ਨੇ ਚੂਹੀ ਨੂੰ ਛੱਡ ਦਿੱਤਾ। ਚੂਹੀ ਨੇ ਸ਼ੇਰ ਦਾ ਬੜਾ ਧੰਨਵਾਦ ਕੀਤਾ। ਹੁਣ ਚੂਹੀ ਸ਼ੇਰ ਤੋਂ ਬੱਚ ਕੇ ਬਹੁਤ ਖ਼ੁਸ਼ ਸੀ। ਚੂਹੀ ਆਪਣੇ ਦਿਲ ਵਿੱਚ ਸੋਚਦੀ ਸੀ ਕਿ ਮੌਕਾ ਮਿਲਣ ਉੱਤੇ ਉਹ ਸ਼ੇਰ ਦੀ ਇਸ ਰਹਿਮ-ਦਿਲੀ ਦਾ ਜ਼ਰੂਰ ਬਦਲਾ ਚੁਕਾਏਗੀ।

ਕੁਝ ਦਿਨਾਂ ਪਿੱਛੋਂ ਇੱਕ ਸ਼ਿਕਾਰੀ ਉਸ ਜੰਗਲ ਵਿੱਚ ਆਇਆ। ਉਸ ਨੇ ਸ਼ੇਰ ਨੂੰ ਫੜਨ ਲਈ ਆਪਣਾ ਜਾਲ ਲਾ ਦਿੱਤਾ। ਸ਼ੇਰ ਸ਼ਿਕਾਰੀ ਦੇ ਜਾਲ ਵਿੱਚ ਫਸ ਗਿਆ। ਉਸ ਨੇ ਆਪਣੇ ਆਪ ਨੂੰ ਜਾਲ ਤੋਂ ਛੁਡਾਣ ਦੀ ਬਹੁਤ ਕੋਸ਼ਿਸ਼ ਕੀਤੀ ਪਰ ਉਹ ਜਾਲ ਤੋਂ ਬਾਹਰ ਨਾ ਆ ਸਕਿਆ। ਹੁਣ ਜਦੋਂ ਸ਼ੇਰ ਨੂੰ ਜਾਲ ਵਿੱਚੋਂ ਬਾਹਰ ਨਿਕਲਣ ਦੀ ਕੋਈ ਆਸ ਨਾ ਰਹੀ ਤਾਂ ਉਸ ਨੇ ਦਹਾੜਨਾ ਸ਼ੁਰੂ ਕਰ ਦਿੱਤਾ।

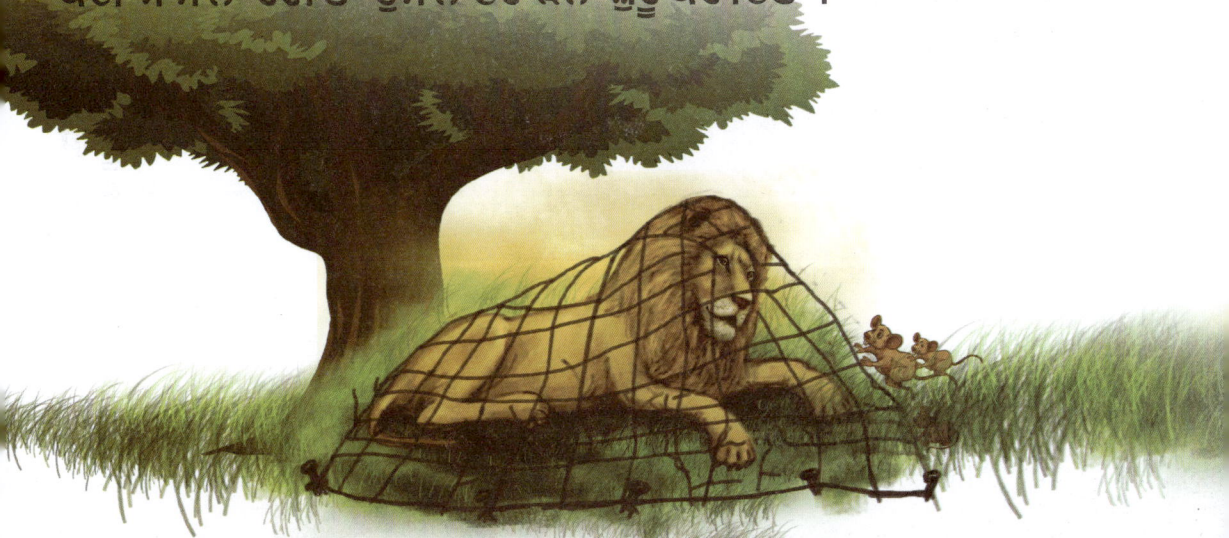

ਚੂਹੀ ਨੇ ਸ਼ੇਰ ਦੀ ਆਵਾਜ਼ ਨੂੰ ਝੱਟ ਪਛਾਣ ਲਿਆ। ਉਸ ਨੇ ਝੱਟ ਆਪਣੇ ਪਰਿਵਾਰ ਨੂੰ ਇਕੱਠਾ ਕੀਤਾ ਅਤੇ ਸਾਰੇ ਪਰਿਵਾਰ ਸਮੇਤ ਸ਼ੇਰ ਕੋਲ ਪਹੁੰਚ ਗਈ। ਉਹਨਾਂ ਨੇ ਝੱਟ ਆਪਣੇ ਤਿੱਖੇ ਦੰਦਾਂ ਨਾਲ ਜਾਲ ਨੂੰ ਕੱਟ ਦਿੱਤਾ ਅਤੇ ਸ਼ੇਰ ਨੂੰ ਸ਼ਿਕਾਰੀ ਤੋਂ ਬਚਾਇਆ। ਹੁਣ ਸ਼ੇਰ ਨੇ ਚੂਹੀ ਅਤੇ ਉਸ ਦੇ ਪਰਿਵਾਰ ਦਾ ਧੰਨਵਾਦ ਕੀਤਾ।

ਅਭਿਆਸ (Exercise)

Write the answers of the following questions in your note book :

1. Tell this story to your friend in English.
ਇਹ ਕਹਾਣੀ ਆਪਣੇ ਮਿੱਤਰ/ਸਹੇਲੀ ਨੂੰ ਅੰਗਰੇਜ਼ੀ ਵਿੱਚ ਦੱਸੋ।

2. Tell this story to your friend in Panjabi.
ਇਹ ਕਹਾਣੀ ਆਪਣੇ ਮਿੱਤਰ/ਸਹੇਲੀ ਨੂੰ ਪੰਜਾਬੀ ਵਿੱਚ ਦੱਸੋ।

3. Answer the following questions in English :

1. Where was the lion sleeping ?

....

2. Where was the mouse ?

....

3. What did the mouse do after climbing on the lion's body ?

....

4. What was the lion about to do while holding the mouse in his paw ?

....

5. Why did the lion leave the mouse ?

....

6. What did the hunter do to catch the lion ?

....

7. What did the lion start to do when he had no hope to escape ?

....

8. What did the mouse do after hearing the lion roar ?

....

9. How did the mouse help the lion to get free ?

....

10. Why did the lion thank the mouse ?

....

4. Which two statements are true ? Write the letters of the correct answer in the boxes.

A	It was winter.
B	The lion was sleeping under the shade of a tree.
C	The mouse played with the lion.
D	The hunter wanted to kill the lion with a gun.
E	The mouse and her family helped the lion.

☐　　☐

5. Answer the following questions in Panjabi :

ਹੇਠ ਲਿਖੇ ਪ੍ਰਸ਼ਨਾਂ ਦੇ ਉੱਤਰ ਪੰਜਾਬੀ ਵਿੱਚ ਲਿਖੋ :

1. ਸ਼ੇਰ ਕਿੱਥੇ ਸੁੱਤਾ ਪਿਆ ਸੀ ?

2. ਚੂਹੀ ਕਿੱਥੇ ਰਹਿੰਦੀ ਸੀ ?

3. ਚੂਹੀ ਨੇ ਸ਼ੇਰ ਦੇ ਸਰੀਰ ਉੱਤੇ ਚੜ੍ਹ ਕੇ ਕੀ ਕੀਤਾ ?

4. ਸ਼ੇਰ ਚੂਹੀ ਨੂੰ ਪੰਜੇ ਵਿੱਚ ਘੁੱਟ ਕੇ ਕੀ ਕਰਨ ਲੱਗਾ ਸੀ ?

5. ਸ਼ੇਰ ਨੇ ਚੂਹੀ ਨੂੰ ਕਿਉਂ ਛੱਡ ਦਿੱਤਾ ?

6. ਸ਼ਿਕਾਰੀ ਨੇ ਸ਼ੇਰ ਨੂੰ ਫੜਨ ਲਈ ਕੀ ਕੀਤਾ ?

7. ਜਦੋਂ ਸ਼ੇਰ ਨੂੰ ਜਾਲ ਤੋਂ ਬਾਹਰ ਨਿਕਲਣ ਦੀ ਕੋਈ ਆਸ ਨਾ ਰਹੀ ਤਾਂ ਸ਼ੇਰ ਨੇ ਕੀ ਕੀਤਾ ?

8. ਚੂਹੀ ਨੇ ਸ਼ੇਰ ਦੀ ਆਵਾਜ਼ ਸੁਣ ਕੇ ਕੀ ਕੀਤਾ ?

9. ਚੂਹੀ ਨੇ ਸ਼ੇਰ ਨੂੰ ਸ਼ਿਕਾਰੀ ਤੋਂ ਕਿਸ ਤਰ੍ਹਾਂ ਬਚਾਇਆ ?

10. ਸ਼ੇਰ ਨੇ ਚੂਹੀ ਦਾ ਧੰਨਵਾਦ ਕਿਉਂ ਕੀਤਾ ?

6. Fill in the blanks :
ਖ਼ਾਲੀ ਥਾਵਾਂ ਭਰੋ :

1. ਇੱਕ ਸ਼ੇਰ ਇੱਕ.............................ਵਿੱਚ ਰਹਿੰਦਾ ਸੀ ।

2. ਚੂਹੀ ਆਪਣੀ.............................ਵਿੱਚੋਂ ਬਾਹਰ ਨਿਕਲੀ ਅਤੇ.............................ਨੂੰ ਦੇਖ
   ਕੇ ਉਸ ਨੂੰ ਇੱਕ.............................ਸੁੱਝੀ ।

3. ਸ਼ੇਰ ਨੂੰ ਚੂਹੀ ਉੱਤੇ.............................ਆ ਗਿਆ ।

4. ਕੁਝ ਦਿਨਾਂ ਪਿੱਛੋਂ ਇੱਕ.............................ਉੱਥੇ ਆ ਗਿਆ ।

5. ਚੂਹੀ ਨੇ.............................ਦੀ ਆਵਾਜ਼ ਨੂੰ ਪਛਾਣ ਲਿਆ ।

7. Translate the first paragraph into English.

8. Translate into Panjabi.

1. A lion was living in a jungle.

2. One day the lion was sleeping under the shade of a tree.

3. A mouse was also living near by.

4. The mouse was very clever.

5. A hunter wanted to catch the lion.

6. The mouse helped the lion to get free.

10

ਕੁਲਬੀਰ ਤੇ ਉਸ ਦਾ ਭਰਾ ਸੰਦੀਸ਼

ਕੁਲਬੀਰ ਇੱਕ ਬਹੁਤ ਚੰਗੀ ਕੁੜੀ ਹੈ । ਉਹ ਹਰ ਰੋਜ਼ ਸਵੇਰੇ ਸਾਢੇ ਛੇ ਵਜੇ ਸੁੱਤੀ ਉੱਠਦੀ ਹੈ । ਪੌਣੇ ਸੱਤ ਵਜੇ ਤਕ ਉਹ ਆਪਣਾ ਹੱਥ ਮੂੰਹ ਧੋ ਲੈਂਦੀ ਹੈ । ਫੇਰ ਉਹ ਆਪਣਾ ਨਾਸ਼ਤਾ ਖਾਂਦੀ ਹੈ । ਅੱਠ ਵਜੇ ਉਹ ਸਕੂਲ ਨੂੰ ਚਲੇ ਜਾਂਦੀ ਹੈ ।

ਕੁਲਬੀਰ ਦੀ ਉਮਰ ਚੌਦਾਂ ਸਾਲ ਹੈ । ਉਹ ਸੈਕੰਡਰੀ ਸਕੂਲ ਵਿੱਚ ਪੜ੍ਹਦੀ ਹੈ । ਉਸ ਨੂੰ ਪੜ੍ਹਾਈ ਦਾ ਬਹੁਤ ਕੰਮ ਕਰਨਾ ਪੈਂਦਾ ਹੈ ਕਿਉਂਕਿ ਉਹ ਪੜ੍ਹਾਈ ਤੋਂ ਬਾਅਦ ਇੱਕ ਚੰਗੀ ਨੌਕਰੀ ਉੱਤੇ ਲੱਗਣਾ ਚਾਹੁੰਦੀ ਹੈ । ਉਹ ਡਾਕਟਰ ਬਣਨਾ ਚਾਹੁੰਦੀ ਹੈ,

ਕਿਉਂਕਿ ਉਹ ਬੀਮਾਰ ਲੋਕਾਂ ਦੀ ਸਹਾਇਤਾ ਕਰਨੀ ਚਾਹੁੰਦੀ ਹੈ। ਕੁਲਬੀਰ ਨੂੰ ਪਤਾ ਹੈ ਕਿ ਅੱਜ-ਕੱਲ੍ਹ ਚੰਗੀ ਪੜ੍ਹਾਈ ਤੋਂ ਬਿਨਾਂ ਕੋਈ ਚੰਗੀ ਨੌਕਰੀ ਨਹੀਂ ਮਿਲਦੀ। ਇਸ ਲਈ ਉਹ ਹਰ ਰੋਜ਼ ਰਾਤ ਨੂੰ ਸਾਢੇ ਸੱਤ ਵਜੇ ਤੋਂ ਦਸ ਵਜੇ ਤੱਕ ਦਿਲ ਲਾ ਕੇ ਪੜ੍ਹਾਈ ਕਰਦੀ ਹੈ।

ਕੁਲਬੀਰ ਦਾ ਇੱਕ ਛੋਟਾ ਭਰਾ ਹੈ। ਉਸ ਦਾ ਨਾਂ ਸੰਦੀਸ਼ ਹੈ। ਸੰਦੀਸ਼ ਦੀ ਉਮਰ ਦਸ ਸਾਲ ਹੈ। ਉਹ ਅਜੇ ਜੂਨੀਅਰ ਸਕੂਲ ਵਿੱਚ ਹੀ ਪੜ੍ਹਦਾ ਹੈ। ਸੰਦੀਸ਼ ਕੁਲਬੀਰ ਦੇ ਨਾਲ ਰਾਤ ਨੂੰ ਸਾਢੇ ਸੱਤ ਵਜੇ ਤੋਂ ਸਵਾ ਨੌਂ ਵਜੇ ਤਕ ਪੜ੍ਹਦਾ ਹੈ। ਫੇਰ ਉਹ ਸੌਂ ਜਾਂਦਾ ਹੈ ਅਤੇ ਕੁਲਬੀਰ ਦਸ ਵਜੇ ਤਕ ਇਕੱਲੀ ਹੀ ਪੜ੍ਹਦੀ ਰਹਿੰਦੀ ਹੈ।

ਸਕੂਲ ਦੀ ਪੜ੍ਹਾਈ ਖ਼ਤਮ ਕਰਨ ਤੋਂ ਬਾਅਦ ਸੰਦੀਸ਼ ਉਚੇਰੀ ਵਿੱਦਿਆ ਲਈ ਯੂਨੀਵਰਸਿਟੀ ਨਹੀਂ ਜਾਣਾ ਚਾਹੁੰਦਾ, ਕਿਉਂਕਿ ਉਸ ਦੇ ਖ਼ਿਆਲ ਅਨੁਸਾਰ ਅੱਜ-ਕੱਲ੍ਹ ਉੱਚੀ ਵਿੱਦਿਆ ਪ੍ਰਾਪਤ ਕਰਨ ਤੋਂ ਬਾਅਦ ਵੀ ਨੌਕਰੀ ਨਹੀਂ ਮਿਲਦੀ। ਇਸ ਲਈ ਉਹ ਸਕੂਲ ਛੱਡਣ ਤੋਂ ਬਾਅਦ ਕਿਸੇ ਫ਼ਰਮ ਨਾਲ ਅਪ੍ਰੈਂਟਸ ਕਰਨੀ ਚਾਹੁੰਦਾ ਹੈ, ਜਿਸ ਨਾਲ ਨੌਕਰੀ ਮਿਲਣੀ ਸੌਖੀ ਹੁੰਦੀ ਹੈ ਅਤੇ ਤੁਸੀਂ ਆਪਣਾ ਕੰਮ ਵੀ ਸ਼ੁਰੂ ਕਰ ਸਕਦੇ ਹੋ।

ਕੁਲਬੀਰ ਅਤੇ ਸੰਦੀਸ਼ ਦੇ ਮਾਤਾ ਜੀ ਇੱਕ ਫ਼ੈਕਟਰੀ ਵਿੱਚ ਕੰਮ ਕਰਦੇ ਹਨ। ਉਹਨਾਂ ਦੇ ਪਿਤਾ ਜੀ ਇੱਕ ਵੱਡੀ ਕੰਪਨੀ ਵਿੱਚ ਵਕੀਲ ਹਨ।

ਦੋਨੋਂ ਕੁਲਬੀਰ ਅਤੇ ਸੰਦੀਸ਼ ਅਤੇ ਉਹਨਾਂ ਦੇ ਮਾਤਾ-ਪਿਤਾ ਜੀ ਇਕੱਠੇ ਅੱਠ ਵਜੇ ਆਪਣਾ ਨਾਸ਼ਤਾ ਖਾਂਦੇ ਹਨ ਅਤੇ ਫੇਰ ਉਹ ਆਪਣੇ ਸਕੂਲ ਨੂੰ ਪੈਦਲ ਚਲੇ ਜਾਂਦੇ ਹਨ। ਉਹਨਾਂ ਦੇ ਮਾਤਾ-ਪਿਤਾ ਵੀ ਆਪਣੇ ਆਪਣੇ ਕੰਮਾਂ 'ਤੇ ਚਲੇ ਜਾਂਦੇ ਹਨ।

Write the answers of the following questions in your note book :

1. (a) Kulbir works hard because

A	she wants to be a teacher.
B	she wants to earn more money.
C	she wants to get a good job.

Choose the correct answer to complete the sentence and write the letter in the box.

(b) Sandeesh does not want to go to the university because

A	higher education is expensive.
B	it does not help to get a job.
C	youngsters get spoilt in university.

Choose the correct answer to complete the sentence and write the letter in the box.

(c) Sandeesh wants to work as an apprentice because

A	he can get a job easily.
B	he will have more freedom on the job.
C	he can get more pay.

Choose the correct answer to complete the sentence and write the letter in the box.

2. Which two statements are true ? Write the correct letters in the boxes.

A	Kulbir is ten years old
B	Kulbir goes to school at 8:00 am
C	Sandeesh goes to a secondary school
D	Sandeesh does not want to go to university
E	Sandeesh is older than Kulbir

☐ ☐

3. Translate the following passage into Panjabi :

Kulbir is a very clever girl. She is fourteen years old. She goes to a secondary school. She is very good in her studies. She wants to be a doctor. She has a brother. His name is Sandeesh. Sandeesh is ten years old.

4. Fill in the blanks :
ਖ਼ਾਲੀ ਥਾਵਾਂ ਭਰੋ :

1. ਕੁਲਬੀਰ ਦੀ..........................ਚੌਦਾਂ ਸਾਲ ਹੈ ।

2. ਚੰਗੀ ਪੜ੍ਹਾਈ ਤੋਂ ਬਿਨਾਂ ਕੋਈ ਚੰਗੀ..........................ਨਹੀਂ ਮਿਲਦੀ ।

3. ਕੁਲਬੀਰ ਦਾ ਇੱਕ..........................ਭਰਾ ਹੈ ।

4. ਸੰਦੀਸ਼ ਉੱਚੀ ਵਿੱਦਿਆ ਲਈ..........................ਨਹੀਂ ਜਾਣਾ ਚਾਹੁੰਦਾ ।

5. ਉਹਨਾਂ ਦੇ ਪਿਤਾ ਜੀ ਇੱਕ..........................ਹਨ ।

5. Answer the following questions in Panjabi :
   ਹੇਠ ਲਿਖੇ ਪ੍ਰਸ਼ਨਾਂ ਦੇ ਉੱਤਰ ਪੰਜਾਬੀ ਵਿੱਚ ਲਿਖੋ :

   1. ਕੁਲਬੀਰ ਸਵੇਰੇ ਸਵੇਰੇ ਕੀ ਕਰਦੀ ਹੈ ? ਦੋ ਗੱਲਾਂ ਲਿਖੋ ?

      ....

      ....

   2. ਕੁਲਬੀਰ ਪੜ੍ਹਾਈ ਵਿੱਚ ਕਿਉਂ ਵੱਧ ਮਿਹਨਤ ਕਰਦੀ ਹੈ ?

      ....

   3. ਸੰਦੀਸ਼ ਦੇ ਪੜ੍ਹਾਈ ਬਾਰੇ ਕੀ ਵਿਚਾਰ ਹਨ ? ਦੋ ਗੱਲਾਂ ਲਿਖੋ ?

      ....

      ....

   4. ਸੰਦੀਸ਼ ਕਿਸ ਤਰ੍ਹਾਂ ਦੀ ਨੌਕਰੀ ਕਰਨੀ ਚਾਹੁੰਦਾ ਹੈ ਅਤੇ ਕਿਉਂ ?

      ....

   5. ਉਹਨਾਂ ਦੇ ਮਾਤਾ ਅਤੇ ਪਿਤਾ ਜੀ ਕੀ ਕੰਮ ਕਰਦੇ ਹਨ ?

      ਮਾਤਾ ਜੀ..

      ਪਿਤਾ ਜੀ..

6. Translate the second paragraph into English.

11

ਗਰਮੀਆਂ ਦੀ ਰੁੱਤ

ਇੱਕ ਸਾਲ ਵਿੱਚ ਚਾਰ ਮੁੱਖ ਰੁੱਤਾਂ ਆਉਂਦੀਆਂ ਹਨ । ਇਹ ਰੁੱਤਾਂ ਹਨ—ਗਰਮੀ, ਸਰਦੀ, ਪੱਤਝੜ ਅਤੇ ਬਹਾਰ । ਗਰਮੀਆਂ ਦੇ ਮੌਸਮ ਵਿੱਚ ਦਿਨ ਵੱਡੇ ਅਤੇ ਰਾਤਾਂ ਛੋਟੀਆਂ ਹੁੰਦੀਆਂ ਹਨ । ਪੰਜਾਬ ਵਿੱਚ ਅਪ੍ਰੈਲ, ਮਈ ਅਤੇ ਜੂਨ ਗਰਮੀਆਂ ਦੇ ਮਹੀਨੇ ਹੁੰਦੇ ਹਨ ਅਤੇ ਮੌਸਮ ਆਮ ਤੌਰ 'ਤੇ ਖ਼ੁਸ਼ਕ ਹੁੰਦਾ ਹੈ ।

ਇੰਗਲੈਂਡ ਵਿੱਚ ਮਈ, ਜੂਨ, ਜੁਲਾਈ ਅਤੇ ਅਗਸਤ ਗਰਮੀਆਂ ਦੇ ਮਹੀਨੇ ਹੁੰਦੇ ਹਨ ਅਤੇ ਮੌਸਮ ਬਹੁਤ ਸੋਹਣਾ ਹੁੰਦਾ ਹੈ । ਇੰਗਲੈਂਡ ਵਿੱਚ ਬੱਚੇ ਗਰਮੀਆਂ ਦੀ ਰੁੱਤ ਨੂੰ ਬਹੁਤ ਪਸੰਦ ਕਰਦੇ ਹਨ । ਉਹ ਸਾਰਾ ਦਿਨ ਘਰ ਤੋਂ ਬਾਹਰ ਰਹਿਣਾ ਚਾਹੁੰਦੇ ਹਨ । ਪਾਰਕਾਂ ਵਿੱਚ ਫੁੱਟਬਾਲ ਅਤੇ ਹੋਰ ਕਈ ਖੇਡਾਂ ਖੇਡਦੇ ਹਨ । ਕਈ ਬੱਚੇ ਤਾਂ ਆਪਣਾ ਖਾਣ-ਪੀਣ ਦਾ ਸਮਾਂ ਵੀ ਭੁੱਲ ਜਾਂਦੇ ਹਨ ਅਤੇ ਖੇਡਾਂ ਵਿੱਚ ਹੀ ਮਸਤ ਰਹਿੰਦੇ ਹਨ ।

ਬੁੱਢੇ ਲੋਕ ਵੀ ਗਰਮੀਆਂ ਨੂੰ ਬਹੁਤ ਪਸੰਦ ਕਰਦੇ ਹਨ। ਉਹ ਵੀ ਪਾਰਕਾਂ ਵਿੱਚ ਜਾ ਕੇ ਇੱਕ ਦੂਜੇ ਨਾਲ ਗੱਲਾਂ ਕਰਦੇ ਹਨ। ਅਖ਼ਬਾਰਾਂ ਦੀਆਂ ਖ਼ਬਰਾਂ ਇੱਕ ਦੂਜੇ ਨੂੰ ਸੁਣਾਉਂਦੇ ਹਨ। ਕਈ ਬੁੱਢੇ ਲੋਕ ਆਪਣੀਆਂ ਔਕੜਾਂ ਇੱਕ ਦੂਜੇ ਨੂੰ ਦੱਸਦੇ ਹਨ। ਕਈ ਤਾਸ਼ ਖੇਡਦੇ ਹਨ ਅਤੇ ਇੱਕ ਦੂਜੇ ਨੂੰ ਮਖ਼ੌਲ ਕਰਦੇ ਹਨ। ਉਹ ਸਰਦੀਆਂ ਨੂੰ ਬਿਲਕੁਲ ਪਸੰਦ ਨਹੀਂ ਕਰਦੇ ਕਿਉਂਕਿ ਸਰਦੀਆਂ ਨੂੰ ਉਹ ਘਰਾਂ ਵਿੱਚ ਹੀ ਬੰਦ ਰਹਿੰਦੇ ਹਨ।

ਇੱਕ ਦਿਨ ਬਹੁਤ ਗਰਮੀ ਸੀ। ਇੱਕ ਆਈਸ-ਕਰੀਮ ਵਾਲੀ ਵੈਨ ਸਾਡੇ ਘਰ ਦੇ ਸਾਹਮਣੇ ਆ ਕੇ ਖੜ੍ਹ ਗਈ। ਵੈਨ ਵਾਲੇ ਨੇ ਘੰਟੀਆਂ ਵਜਾਉਣੀਆਂ ਸ਼ੁਰੂ ਕੀਤੀਆਂ। ਘੰਟੀਆਂ ਦੀ ਆਵਾਜ਼ ਸੁਣ ਕੇ ਆਂਢ-ਗੁਆਂਢ ਦੇ ਬੱਚੇ ਵੈਨ ਵੱਲ ਭੱਜਣ ਲੱਗੇ। ਕਈ ਬੱਚੇ ਤਾਂ ਆਪਣੀਆਂ ਖੇਡਾਂ ਨੂੰ ਵੀ ਵਿਚਾਲੇ ਹੀ ਛੱਡ ਕੇ ਦੌੜੇ। ਗਰਮੀਆਂ ਦੀ ਰੁੱਤ ਵਿੱਚ ਬੱਚੇ ਆਈਸ-ਕਰੀਮ ਖਾਣੀ ਬਹੁਤ ਪਸੰਦ ਕਰਦੇ ਹਨ।

ਅਭਿਆਸ (Exercise)

Write the answers of the following questions in your note book :

1. Answer the following questions in English :

1. What do the children think about summer season ?

   ....

2. How do children spend their summer days ?

   ....

3. Why do old people not like winter ?

   ....

4. How do old people spend their summer days ? Give three details.

   ....

   ....

   ....

5. What did happen on one very hot day ? Give three details.

   ....

   ....

   ....

2. Fill in the blanks :

ਖ਼ਾਲੀ ਥਾਵਾਂ ਭਰੋ :

1. ਬੱਚੇ..................ਦੀ ਰੁੱਤ ਨੂੰ ਬਹੁਤ..................ਕਰਦੇ ਹਨ ।
2. ਕਈ ਬੱਚੇ ਤਾਂ ਆਪਣਾ ਖਾਣ-ਪੀਣ ਦਾ................ਵੀ ਭੁੱਲ ਜਾਂਦੇ ਹਨ ਅਤੇ................ ਵਿੱਚ ਹੀ ਮਸਤ ਰਹਿੰਦੇ ਹਨ।
3. ਬੁੱਢੇ..................ਵੀ..................ਨੂੰ ਬਹੁਤ ਪਸੰਦ ਕਰਦੇ ਹਨ ।
4. ਇੱਕ ਆਈਸ-ਕਰੀਮ ਵਾਲੀ..................ਸਾਡੇ ਘਰ ਦੇ..................ਆ ਕੇ ਖੜ੍ਹ ਗਈ । ਕਈ ਬੱਚੇ ਤਾਂ ਆਪਣੀਆਂ..................ਨੂੰ ਵੀ..................ਹੀ ਛੱਡ ਕੇ ਦੌੜੇ।

3. Translate the first two paragraphs into English.

4. Write the letter of the correct answer in the box.

(a) ਕਈ ਬੱਚੇ ਆਪਣਾ ਖਾਣ-ਪੀਣ ਦਾ ਸਮਾਂ ਕਿਉਂ ਭੁੱਲ ਜਾਂਦੇ ਹਨ ?

A	ਉਹਨਾਂ ਨੂੰ ਭੁੱਖ ਨਹੀਂ ਲੱਗਦੀ।
B	ਉਹ ਖੇਡਾਂ ਵਿੱਚ ਮਸਤ ਰਹਿੰਦੇ ਹਨ।
C	ਉਹ ਖਾਣਾ ਪਸੰਦ ਨਹੀਂ ਕਰਦੇ।

Write the letter of the correct answer in the box.

(b) ਬੁੱਢੇ ਲੋਕ ਸਰਦੀਆਂ ਨੂੰ ਕਿਉਂ ਪਸੰਦ ਨਹੀਂ ਕਰਦੇ ?

A	ਕਿਉਂਕਿ ਉਹ ਬਜ਼ਾਰ ਨੂੰ ਨਹੀਂ ਜਾ ਸਕਦੇ।
B	ਕਿਉਂਕਿ ਉਹ ਇੱਕ ਦੂਜੇ ਨੂੰ ਪਾਰਕਾਂ ਵਿੱਚ ਨਹੀਂ ਮਿਲ ਸਕਦੇ।
C	ਕਿਉਂਕਿ ਉਹ ਆਪਣੇ ਘਰਾਂ ਤੋਂ ਬਾਹਰ ਨਹੀਂ ਜਾ ਸਕਦੇ।

Write the letter of the correct answer in the box.

(c) ਆਈਸ-ਕਰੀਮ ਦੀ ਵੈਨ ਕਿੱਥੇ ਸੀ ?

A	ਸਾਡੇ ਘਰ ਦੇ ਸਾਹਮਣੇ।
B	ਪਾਰਕ ਵਿੱਚ।
C	ਸਾਡੇ ਸਕੂਲ ਕੋਲ।

Write the letter of the correct answer in the box.

(d) ਬੱਚੇ ਆਈਸ-ਕਰੀਮ ਦੀ ਵੈਨ ਵੱਲ ਕਿਉਂ ਭੱਜਣ ਲੱਗੇ ?

A	ਫੁੱਟਬਾਲ ਖੇਡਣ ਲਈ।
B	ਆਈਸ-ਕਰੀਮ ਲੈਣ ਲਈ।
C	ਆਈਸ-ਕਰੀਮ ਦੀ ਵੈਨ ਦੇਖਣ ਲਈ।

Write the letter of the correct answer in the box.

5. Translate the following into Panjabi :

I like summer because the days are longer. Children play games in the evenings. Old people also like summer. They do not like winter because it is very cold. I also do not like winter. In winter the days are shorter and the nights are longer. Sometimes it snows too much.

6. Write five sentences about summer in Panjabi.
ਗਰਮੀਆਂ ਬਾਰੇ ਪੰਜ ਵਾਕ ਪੰਜਾਬੀ ਵਿੱਚ ਲਿਖੋ।

....

....

....

....

....

7. Write five sentences about winter in Panjabi.
ਸਰਦੀਆਂ ਬਾਰੇ ਪੰਜ ਵਾਕ ਪੰਜਾਬੀ ਵਿੱਚ ਲਿਖੋ।

....

....

....

....

....

12

ਚੂਹਿਆਂ ਦੀ ਮੀਟਿੰਗ

ਇੱਕ ਪਿੰਡ ਵਿੱਚ ਬਹੁਤ ਸਾਰੇ ਚੂਹੇ ਰਹਿੰਦੇ ਸੀ। ਉੱਥੇ ਇੱਕ ਬਿੱਲੀ ਵੀ ਰਹਿੰਦੀ ਸੀ। ਬਿੱਲੀ ਹਰ ਰੋਜ਼ ਇੱਕ ਚੂਹਾ ਫੜ ਕੇ ਖਾ ਲੈਂਦੀ ਸੀ। ਇਸ ਤੋਂ ਚੂਹੇ ਬੜੇ ਤੰਗ ਆ ਗਏ ਸਨ। ਉਨ੍ਹਾਂ ਦੀ ਗਿਣਤੀ ਦਿਨੋ ਦਿਨ ਘਟਦੀ ਜਾ ਰਹੀ ਸੀ।

ਚੂਹੇ ਹਰ ਰੋਜ਼ ਇੱਕ ਦੂਜੇ ਨਾਲ ਗੱਲਾਂ ਕਰਦੇ ਸਨ ਅਤੇ ਸੋਚਦੇ ਰਹਿੰਦੇ ਸਨ ਕਿ ਕਿਸ ਤਰ੍ਹਾਂ ਬਿੱਲੀ ਤੋਂ ਬਚਿਆ ਜਾਵੇ। ਕੁਝ ਸਿਆਣੇ ਚੂਹੇ ਕਾਫ਼ੀ ਦੇਰ ਸੋਚਣ ਤੋਂ ਬਾਅਦ ਇਸ ਸਿੱਟੇ ਉੱਤੇ ਪਹੁੰਚੇ ਕਿ ਇੱਕ ਦਿਨ ਸਾਰੇ ਚੂਹਿਆਂ ਦੀ ਮੀਟਿੰਗ ਬੁਲਾਉਣੀ ਚਾਹੀਦੀ ਹੈ ਤਾਂ ਕਿ ਬਿੱਲੀ ਤੋਂ ਬਚਣ ਲਈ ਕੋਈ ਨਾ ਕੋਈ ਸਕੀਮ ਬਣਾਈ ਜਾਵੇ।

ਆਖ਼ਰ ਉਹਨਾਂ ਨੇ ਇੱਕ ਦਿਨ ਮੀਟਿੰਗ ਬੁਲਾਈ ਜਿਸ ਵਿਚ ਪਿੰਡ ਦੇ ਸਾਰੇ ਚੂਹੇ ਇਕੱਠੇ ਹੋਏ। ਮੀਟਿੰਗ ਵਿੱਚ ਹਰ ਇੱਕ ਚੂਹੇ ਨੇ ਆਪਣੇ ਆਪਣੇ ਵਿਚਾਰ ਪ੍ਰਗਟ ਕੀਤੇ। ਇੱਕ ਚੂਹੇ ਦੀ ਸਕੀਮ ਸਭ ਨੂੰ ਪਸੰਦ ਆਈ। ਉਸ ਨੇ ਕਿਹਾ ਕਿ ਬਿੱਲੀ ਦੇ ਗਲ਼ ਵਿੱਚ ਇੱਕ ਟੱਲੀ ਬੰਨ੍ਹ ਦੇਣੀ ਚਾਹੀਦੀ ਹੈ ਜਿਸ ਨੂੰ ਸੁਣ ਕੇ ਅਸੀਂ ਜਲਦੀ ਆਪਣੀਆਂ ਆਪਣੀਆਂ ਖੁੱਡਾਂ ਵਿੱਚ ਵੜ ਜਾਇਆ ਕਰਾਂਗੇ।

ਉਹਨਾਂ ਵਿੱਚੋਂ ਇੱਕ ਚੂਹਾ ਬਹੁਤ ਅਕਲਮੰਦ ਸੀ। ਉਸ ਨੇ ਕਿਹਾ ਕਿ ਇਹ ਸਕੀਮ ਤਾਂ ਬਹੁਤ ਚੰਗੀ ਹੈ ਪਰ ਬਿੱਲੀ ਦੇ ਗਲ਼ ਵਿੱਚ ਟੱਲੀ ਬੰਨ੍ਹਣ ਦਾ ਕੌਣ ਹੌਸਲਾ ਕਰੇਗਾ। ਇਹ ਸੁਣ ਕੇ ਚੂਹੇ ਫੇਰ ਸੋਚਾਂ ਵਿੱਚ ਪੈ ਗਏ। ਅਜੇ ਚੂਹਿਆਂ ਦੀ ਮੀਟਿੰਗ ਜਾਰੀ ਹੀ ਸੀ ਕਿ ਸਾਹਮਣਿਓਂ ਬਿੱਲੀ ਆ ਗਈ। ਬਿੱਲੀ ਨੂੰ ਦੇਖ ਕੇ ਸਾਰੇ ਚੂਹੇ ਭੱਜ ਕੇ ਆਪਣੀਆਂ ਆਪਣੀਆਂ ਖੁੱਡਾਂ ਵਿੱਚ ਵੜ ਗਏ।

ਅਭਿਆਸ (Exercise)

1. **Tell this story to your friend in English.**

2. **Tell this story to your friend in Punjabi.**

Write the answers of the following questions in your note book :

3. **Answer the following questions in English :**

   1. Why were the mice unhappy ?

      ....

   2. What did the mice think to escape from the cat ?

      ....

   3. One mouse told the meeting a scheme to escape from the cat. What was it ?

      ....

   4. What did a wise mouse say about this scheme ?

      ....

   5. What did happen during the meeting ?

      ....

4. **Which two statements are true ? Write the letters of the correct answer in the boxes.**

A	The mice lived in a city.
B	The cat used to eat one mouse daily.
C	The mice were very happy with the cat.
D	In the meeting the mice were fighting with each other.
E	All mice ran away to see the cat.

5. Answer the following questions in Panjabi :

ਹੇਠ ਲਿਖੇ ਪ੍ਰਸ਼ਨਾਂ ਦੇ ਉੱਤਰ ਪੰਜਾਬੀ ਵਿੱਚ ਲਿਖੋ :

1. ਚੂਹੇ ਬਿੱਲੀ ਤੋਂ ਕਿਉਂ ਤੰਗ ਸਨ ?
2. ਬਿੱਲੀ ਤੋਂ ਬਚਣ ਲਈ ਚੂਹਿਆਂ ਨੇ ਕੀ ਸੋਚਿਆ ?
3. ਇੱਕ ਚੂਹੇ ਨੇ ਬਿੱਲੀ ਤੋਂ ਬਚਣ ਲਈ ਕੀ ਸਕੀਮ ਦੱਸੀ ?
4. ਇੱਕ ਅਕਲਮੰਦ ਚੂਹੇ ਨੇ ਕੀ ਕਿਹਾ ਸੀ ?
5. ਮੀਟਿੰਗ ਨੂੰ ਵਿਚਾਲੇ ਹੀ ਛੱਡ ਕੇ ਚੂਹੇ ਭੱਜ ਕੇ ਕਿੱਥੇ ਚਲੇ ਗਏ ?
6. ਚੂਹਿਆਂ ਨੂੰ ਅਚਾਨਕ ਮੀਟਿੰਗ ਛੱਡ ਕੇ ਕਿਉਂ ਭੱਜਣਾ ਪਿਆ ?

6. Use the following Panjabi words in your sentences :

ਹੇਠ ਲਿਖੇ ਸ਼ਬਦਾਂ ਨੂੰ ਆਪਣੇ ਵਾਕਾਂ ਵਿੱਚ ਵਰਤੋ :

ਤੰਗ, ਗਿਣਤੀ, ਸਿਆਣਾ, ਸਿੱਟਾ, ਸਕੀਮ, ਵਿਚਾਰ, ਪ੍ਰਗਟ, ਟੱਲੀ, ਖੁੱਡ, ਅਕਲਮੰਦ, ਹੌਸਲਾ, ਸੋਚ, ਸਾਹਮਣਿਓਂ।

7. Translate the following sentences into English :

1. ਚੂਹੇ ਇੱਕ ਪਿੰਡ ਵਿੱਚ ਰਹਿੰਦੇ ਸਨ।
2. ਇੱਕ ਬਿੱਲੀ ਵੀ ਉਸ ਪਿੰਡ ਵਿੱਚ ਰਹਿੰਦੀ ਸੀ।
3. ਬਿੱਲੀ ਹਰ ਰੋਜ਼ ਇੱਕ ਚੂਹਾ ਖਾ ਜਾਂਦੀ ਸੀ।
4. ਚੂਹੇ ਬਿੱਲੀ ਤੋਂ ਬਹੁਤ ਤੰਗ ਸਨ।
5. ਚੂਹਿਆਂ ਨੇ ਬਿੱਲੀ ਤੋਂ ਬਚਣ ਲਈ ਇੱਕ ਮੀਟਿੰਗ ਬੁਲਾਈ।
6. ਬਿੱਲੀ ਨੂੰ ਦੇਖ ਕੇ ਚੂਹੇ ਦੌੜ ਗਏ।

13

ਚੰਗੀ ਸਿਹਤ ਲਈ ਸਾਈਕਲ ਚਲਾਉਣਾ

ਅੱਜ-ਕੱਲ੍ਹ ਬਹੁਤ ਸਾਰੇ ਲੋਕ ਆਪਣੀ ਸਿਹਤ ਚੰਗੀ ਰੱਖਣ ਲਈ ਸਾਈਕਲ ਚਲਾਉਣ ਲੱਗ ਪਏ ਹਨ। ਸਕੂਲੀ ਬੱਚਿਆਂ ਲਈ ਮੋਟਾਪੇ ਤੋਂ ਬਚਣ ਲਈ ਸਾਈਕਲ ਚਲਾਉਣਾ ਬਹੁਤ ਚੰਗਾ ਹੈ। ਅੱਜ-ਕੱਲ੍ਹ ਬੱਚਿਆਂ ਵਿੱਚ ਮੋਟਾਪੇ ਦੀ ਬੀਮਾਰੀ ਬਹੁਤ ਵੱਧ ਰਹੀ ਹੈ, ਕਿਉਂਕਿ ਬੱਚੇ ਜ਼ਿਆਦਾ ਜੰਕ ਭੋਜਣ ਖਾਣ ਲੱਗ ਪਏ ਹਨ ਅਤੇ ਕੋਈ ਕਸਰਤ ਨਹੀਂ ਕਰਦੇ। ਸਾਈਕਲ ਚਲਾਉਣ ਨਾਲ ਇਸ ਬੀਮਾਰੀ ਤੋਂ ਛੁਟਕਾਰਾ ਪਾਉਣ ਵਿੱਚ ਸਹਾਇਤਾ ਮਿਲ ਸਕਦੀ ਹੈ।

ਕਮਲਜੀਤ ਇੱਕ ਮੁੰਡਾ ਹੈ। ਉਸ ਦੀ ਉਮਰ ਚੌਦਾਂ ਸਾਲ ਹੈ। ਉਹ ਸਾਈਕਲ

ਚਲਾਉਣਾ ਬਹੁਤ ਪਸੰਦ ਕਰਦਾ ਹੈ । ਅੱਜ ਬਹੁਤ ਗਰਮੀ ਹੈ । ਸੂਰਜ ਚਮਕ ਰਿਹਾ ਹੈ । ਕਮਲਜੀਤ ਬਾਹਰ ਸੜਕ ਉੱਤੇ ਆਪਣਾ ਸਾਈਕਲ ਚਲਾ ਰਿਹਾ ਹੈ ।

ਕਮਲਜੀਤ ਦੇ ਦੋਨੋਂ ਹੱਥ ਸਾਈਕਲ ਦੇ ਹੈਂਡਲ ਉੱਤੇ ਹਨ । ਉਸ ਨੇ ਇੱਕ ਹੱਥ ਨਾਲ ਸਾਈਕਲ ਦੀ ਬਰੇਕ ਵੀ ਹੈਂਡਲ ਦੇ ਨਾਲ ਫੜੀ ਹੋਈ ਹੈ ਤਾਂ ਕਿ ਉਹ ਸਾਈਕਲ ਨੂੰ ਜਦੋਂ ਚਾਹੇ ਖੜ੍ਹਾ ਕਰ ਸਕੇ । ਉਸ ਦੇ ਪੈਰ ਸਾਈਕਲ ਦੇ ਪੈਡਲਾਂ ਉੱਤੇ ਹਨ ।

ਗਰਮੀਆਂ ਵਿੱਚ ਸਾਰੇ ਬੱਚੇ ਸਾਈਕਲ ਚਲਾਉਣਾ ਪਸੰਦ ਕਰਦੇ ਹਨ, ਕਿਉਂਕਿ ਮੌਸਮ ਚੰਗਾ ਹੁੰਦਾ ਹੈ । ਪਰ ਕਈ ਬੱਚੇ ਸੜਕ ਉੱਤੇ ਧਿਆਨ ਨਾਲ ਸਾਈਕਲ ਨਹੀਂ ਚਲਾਉਂਦੇ । ਉਹ ਸੜਕ ਉੱਤੇ ਚੱਲਣ ਵਾਲੀਆਂ ਕਾਰਾਂ, ਲਾਰੀਆਂ ਅਤੇ ਟਰੱਕਾਂ ਦਾ ਕੋਈ ਖ਼ਿਆਲ ਨਹੀਂ ਰੱਖਦੇ ਜਿਸ ਕਰਕੇ ਕਈ ਵਾਰੀ ਐਕਸੀਡੈਂਟ ਹੋ ਜਾਂਦੇ ਹਨ ।

ਸਾਈਕਲ ਚਲਾਉਣਾ ਸਿਹਤ ਲਈ ਬਹੁਤ ਚੰਗਾ ਹੈ । ਸਾਈਕਲ ਚਲਾਉਣ ਨਾਲ ਸਰੀਰ ਦੇ ਸਾਰੇ ਅੰਗਾਂ ਦੀ ਕਸਰਤ ਹੋ ਜਾਂਦੀ ਹੈ ਅਤੇ ਸਰੀਰ ਚੁਸਤ ਰਹਿੰਦਾ ਹੈ । ਪਰ ਸਾਈਕਲ ਚਲਾਉਣ ਸਮੇਂ ਸਾਰੇ ਬੱਚਿਆਂ ਨੂੰ ਬੜਾ ਧਿਆਨ ਰੱਖਣ ਦੀ ਲੋੜ ਹੈ । ਅੱਜ-ਕੱਲ੍ਹ ਜਦੋਂ ਸੜਕਾਂ ਉੱਤੇ ਕਾਰਾਂ, ਟਰੱਕਾਂ ਅਤੇ ਬੱਸਾਂ ਦੀ ਭਾਰੀ ਗਿਣਤੀ ਹੁੰਦੀ ਹੈ, ਸਾਈਕਲ ਚਲਾਉਣਾ ਕੋਈ ਸੌਖਾ ਨਹੀਂ ਹੈ ।

ਸਰਦੀਆਂ ਦੇ ਮੌਸਮ ਵਿੱਚ ਸਾਈਕਲ ਚਲਾਉਣਾ ਹੋਰ ਵੀ ਔਖਾ ਹੈ । ਖ਼ਾਸ ਕਰਕੇ ਇੰਗਲੈਂਡ ਅਤੇ ਕਈ ਹੋਰ ਸਰਦ ਦੇਸ਼ਾਂ ਵਿੱਚ ਜਿੱਥੇ ਠੰਡ ਅਤੇ ਬਰਫ਼ ਬਹੁਤ ਪੈਂਦੀ ਹੈ । ਬਰਫ਼ ਵਿੱਚ ਸਾਈਕਲ ਸਲਿਪ ਕਰ ਸਕਦਾ ਹੈ ਅਤੇ ਕਈ ਵਾਰੀ ਜੇ ਧਿਆਨ ਨਾਲ ਨਾ ਚਲਾਇਆ ਜਾਵੇ ਤਾਂ ਸੱਟਾਂ ਵੀ ਲੱਗ ਸਕਦੀਆਂ ਹਨ ।

ਬਹੁਤ ਸਾਲ ਪਹਿਲਾਂ ਜਦੋਂ ਬਹੁਤੀਆਂ ਮੋਟਰਾਂ, ਕਾਰਾਂ ਅਤੇ ਗੱਡੀਆਂ ਨਹੀਂ ਹੁੰਦੀਆਂ ਸਨ ਤਾਂ ਲੋਕੀਂ ਜ਼ਿਆਦਾਤਰ ਸਾਈਕਲ ਹੀ ਚਲਾਇਆ ਕਰਦੇ ਸਨ । ਅੱਜ-ਕੱਲ੍ਹ ਸਿਆਣੇ ਲੋਕ ਸਾਈਕਲ ਘੱਟ ਹੀ ਚਲਾਉਂਦੇ ਹਨ । ਛੋਟੇ ਬੱਚੇ ਜਾਂ ਸਕੂਲਾਂ ਵਿੱਚ ਪੜ੍ਹਨ ਵਾਲੇ ਬੱਚੇ ਹੀ ਅੱਜ-ਕੱਲ੍ਹ ਸਾਈਕਲ ਚਲਾਉਂਦੇ ਦੇਖੇ ਜਾਂਦੇ ਹਨ ।

Write the answers of the following questions in your note book :

1. Answer the following questions in English :

1. Why have many people started cycling these days ?
   ....

2. Why do many school children get fat ?
   ....

3. How old is Kamaljit ?
   ....

4. What is Kamaljit doing ?
   ....

5. What is the weather like ?
   ....

6. Why is he holding the break in one of his hands ?
   ....

7. When do children like to cycle and why ?
   ....

8. What should children do when cycling ? Give two details.
   ....
   ....

9. What are the advantages of cycling ? Give three details.
   ....
   ....
   ....

10. Why is cycling in winter difficult ? Give two reasons.
   ....
   ....

11. Why did more people cycle many years ago ?
   ....

2. Which two statements are true ? Write the correct letters in the boxes.

A	Cycling is good for health.
B	Kamaljit is a girl.
C	Kamaljit is driving a car.
D	It is easy to cycle in winter.
E	More people used to cycle many years ago.

3. Answer the following questions in Panjabi :
ਹੇਠ ਲਿਖੇ ਪ੍ਰਸ਼ਨਾਂ ਦੇ ਉੱਤਰ ਪੰਜਾਬੀ ਵਿੱਚ ਲਿਖੋ :

1. ਬਹੁਤੇ ਬੱਚੇ ਕਿਸ ਮੌਸਮ ਵਿੱਚ ਸਾਈਕਲ ਚਲਾਉਣਾ ਪਸੰਦ ਕਰਦੇ ਹਨ ਅਤੇ ਕਿਉਂ ?

   ....

2. ਸੜਕ ਉੱਤੇ ਸਾਈਕਲ ਚਲਾਉਣ ਵੇਲੇ ਬਹੁਤ ਧਿਆਨ ਕਿਉਂ ਰੱਖਣਾ ਚਾਹੀਦਾ ਹੈ ?

   ....

3. ਸਾਈਕਲ ਚਲਾਉਣਾ ਸਿਹਤ ਲਈ ਕਿਉਂ ਚੰਗਾ ਹੁੰਦਾ ਹੈ ? ਦੋ ਗੱਲਾਂ ਲਿਖੋ ।

   ....

   ....

4. ਕਿਸ ਮੌਸਮ ਵਿੱਚ ਸਾਈਕਲ ਚਲਾਉਣਾ ਬਹੁਤ ਔਖਾ ਹੁੰਦਾ ਹੈ ਅਤੇ ਕਿਉਂ ?

   ....

5. ਬਹੁਤ ਸਾਲ ਪਹਿਲਾਂ ਬਹੁਤੇ ਲੋਕੀਂ ਸਾਈਕਲ ਕਿਉਂ ਚਲਾਉਂਦੇ ਹੁੰਦੇ ਸਨ ?

   ....

4. Match the Panjabi words with their English equivalents:

Panjabi	*English*
ਜ਼ਿਆਦਾਤਰ	These days
ਸਿਹਤ	Age
ਮੋਟਾਪਾ	Disease
ਬੀਮਾਰੀ	Largely
ਅੱਜ-ਕੱਲ੍ਹ	Because
ਉਮਰ	Food
ਕਿਉਂਕਿ	Health
ਭੋਜਨ	Weather
ਮੌਸਮ	Care
ਧਿਆਨ	Obesity

5. Translate the following sentences into English :

1. ਕਮਲਜੀਤ ਦੀ ਉਮਰ ਚੌਦਾਂ ਸਾਲ ਹੈ।

2. ਉਹ ਸਾਈਕਲ ਚਲਾਉਣਾ ਪਸੰਦ ਕਰਦਾ ਹੈ।

3. ਅੱਜ ਗਰਮੀ ਹੈ।

4. ਸੂਰਜ ਚਮਕਦਾ ਹੈ।

5. ਸਾਈਕਲ ਚਲਾਉਣਾ ਸਿਹਤ ਲਈ ਚੰਗਾ ਹੈ।

6. Translate into Panjabi :

I like cycling. Cycling helps me to keep fit. I daily cycle to school. My brother and sister also like to cycle. I take care when cycling.

ਗੁਰੂ ਨਾਨਕ ਦੇਵ ਜੀ

ਗੁਰੂ ਨਾਨਕ ਦੇਵ ਜੀ ਦਾ ਜਨਮ 1469 ਨੂੰ ਤਲਵੰਡੀ ਵਿੱਚ ਮਹਿਤਾ ਕਾਲੂ ਜੀ ਦੇ ਘਰ ਹੋਇਆ ਸੀ। ਤਲਵੰਡੀ ਦਾ ਨਾਂ ਬਾਅਦ ਵਿੱਚ ਗੁਰੂ ਨਾਨਕ ਦੇਵ ਜੀ ਦੇ ਨਾਂ 'ਤੇ ਨਨਕਾਣਾ ਸਾਹਿਬ ਰੱਖਿਆ ਗਿਆ। ਨਨਕਾਣਾ ਸਾਹਿਬ ਅੱਜ-ਕੱਲ੍ਹ ਪਾਕਿਸਤਾਨ ਵਿੱਚ ਹੈ। ਗੁਰੂ ਨਾਨਕ ਦੇਵ ਜੀ ਦੀ ਮਾਤਾ ਦਾ ਨਾਂ ਤ੍ਰਿਪਤਾ ਸੀ। ਉਹਨਾਂ ਦੀ ਇੱਕ ਭੈਣ ਸੀ, ਜਿਸ ਦਾ ਨਾਂ ਬੀਬੀ ਨਾਨਕੀ ਸੀ।

ਗੁਰੂ ਨਾਨਕ ਦੇਵ ਜੀ ਨੂੰ 7 ਸਾਲ ਦੀ ਉਮਰ ਵਿੱਚ ਪਹਿਲਾਂ ਪਾਂਧੇ ਪਾਸ ਅਤੇ ਬਾਅਦ

ਵਿੱਚ ਮੁੱਲਾਂ ਪਾਸ ਪੜ੍ਹਨ ਭੇਜਿਆ ਗਿਆ। ਪਰ ਗੁਰੂ ਜੀ ਪਰਮਾਤਮਾ ਦੀ ਭਗਤੀ ਅਤੇ ਸਾਧੂ-ਸੰਤਾਂ ਦੀ ਸੰਗਤ ਵਿੱਚ ਵਧੇਰੇ ਰਹਿੰਦੇ ਸਨ। ਮਹਿਤਾ ਕਾਲੂ ਉਨ੍ਹਾਂ ਨੂੰ ਕਿਸੇ ਦੁਨਿਆਵੀ ਕੰਮਾਂ ਵਿੱਚ ਲਾਉਣਾ ਚਾਹੁੰਦੇ ਸਨ।

ਪਿਤਾ ਨੇ ਗੁਰੂ ਜੀ ਨੂੰ ਮੱਝਾਂ ਚਾਰਨ ਲਈ ਭੇਜਿਆ, ਪਰ ਗੁਰੂ ਜੀ ਮੱਝਾਂ ਦੀ ਪ੍ਰਵਾਹ ਨਾ ਕਰਦੇ ਹੋਏ ਆਪਣੀ ਭਗਤੀ ਵਿੱਚ ਮਸਤ ਰਹਿੰਦੇ ਸਨ। ਮੱਝਾਂ ਲੋਕਾਂ ਦੀਆਂ ਫ਼ਸਲਾਂ ਉਜਾੜ ਦਿੰਦੀਆਂ ਅਤੇ ਮਹਿਤਾ ਕਾਲੂ ਨੂੰ ਉਲਾਂਭੇ ਆਉਂਦੇ ਰਹਿੰਦੇ ਸਨ। ਫੇਰ ਮਹਿਤਾ ਕਾਲੂ ਨੇ ਗੁਰੂ ਜੀ ਨੂੰ 20/- ਰੁਪਏ ਦਿੱਤੇ ਕਿ ਕੋਈ ਸੱਚਾ ਸੌਦਾ ਕਰੇ, ਜਿਸ ਨਾਲ ਉਸ ਨੂੰ ਲਾਭ ਹੋਵੇ। ਪਰ ਗੁਰੂ ਜੀ ਨੇ ਇਹ ਸਾਰੇ ਪੈਸੇ ਕੁੱਝ ਭੁੱਖੇ ਸਾਧੂਆਂ ਨੂੰ ਖਾਣਾ ਖੁਆਉਣ ਵਿੱਚ ਖ਼ਰਚ ਦਿੱਤੇ। ਇਸ ਤੋਂ ਬਾਅਦ ਗੁਰੂ ਜੀ ਦੀ ਸ਼ਾਦੀ ਕਰ ਦਿੱਤੀ, ਪਰ ਫੇਰ ਵੀ ਉਨ੍ਹਾਂ ਦੀ ਭਗਤੀ ਵਿੱਚ ਕੋਈ ਫ਼ਰਕ ਨਾ ਆਇਆ।

ਉਸ ਵੇਲੇ ਲੋਕਾਂ ਦੀ ਹਾਲਤ ਬਹੁਤ ਖ਼ਰਾਬ ਸੀ। ਹਰ ਪਾਸੇ ਜ਼ੁਲਮ ਤੇ ਅਨਿਆਂ ਸੀ। ਲੋਕਾਂ ਦੀ ਭੈੜੀ ਹਾਲਤ ਦੇਖ ਕੇ ਗੁਰੂ ਜੀ ਘਰੋਂ ਨਿਕਲੇ। ਉਹ ਲੋਕਾਂ ਨੂੰ ਉਪਦੇਸ਼ ਦੇਣ ਵਾਸਤੇ ਭਾਰਤ ਤੋਂ ਛੁੱਟ ਤਿੱਬਤ, ਚੀਨ, ਲੰਕਾ, ਅਰਬ ਅਤੇ ਈਰਾਨ ਵਿੱਚ ਵੀ ਗਏ ਅਤੇ ਬਹੁਤ ਸਾਰੇ ਲੋਕਾਂ ਨੂੰ ਸਿੱਧੇ ਰਸਤੇ ਪਾਇਆ। ਗੁਰੂ ਜੀ ਦੀਆਂ ਯਾਤਰਾਵਾਂ ਨੂੰ ਉਦਾਸੀਆਂ ਆਖਿਆ ਜਾਂਦਾ ਹੈ।

ਉਦਾਸੀਆਂ ਤੋਂ ਬਾਅਦ ਉਹ ਕਰਤਾਰਪੁਰ, ਜ਼ਿਲ੍ਹਾ ਨਾਰੋਵਾਲ (ਮੌਜੂਦਾ ਪਾਕਿਸਤਾਨ) ਵਿੱਚ ਰਹਿਣ ਲੱਗ ਪਏ ਅਤੇ ਗ੍ਰਹਿਸਤ ਦਾ ਜੀਵਨ ਬਤੀਤ ਕਰਨ ਲੱਗ ਪਏ। ਉਨ੍ਹਾਂ ਦੀ ਸਿੱਖਿਆ ਸੀ ਕਿ ਮਨੁੱਖ ਸੰਸਾਰ ਵਿੱਚ ਰਹਿੰਦਿਆਂ ਹੋਇਆਂ ਧਾਰਮਿਕ ਜੀਵਨ ਬਤੀਤ ਕਰ ਸਕਦਾ ਹੈ। ਕਾਮ, ਕ੍ਰੋਧ, ਮੋਹ, ਲੋਭ, ਹੰਕਾਰ ਆਦਿ ਬੁਰਾਈਆਂ ਤੋਂ ਦੂਰ ਰਹਿਣਾ ਚਾਹੀਦਾ ਹੈ। ਉਨ੍ਹਾਂ ਦਾ ਉਪਦੇਸ਼ ਹਿੰਦੂ ਅਤੇ ਮੁਸਲਮਾਨਾਂ ਲਈ ਸਾਂਝਾ ਸੀ।

ਗੁਰੂ ਜੀ 70 ਸਾਲ ਦੀ ਉਮਰ ਵਿੱਚ 1539 ਨੂੰ ਕਰਤਾਰਪੁਰ ਵਿੱਚ ਜੋਤੀ ਜੋਤਿ ਸਮਾ ਗਏ ਸਨ। ਆਪਣੇ ਜੋਤੀ ਜੋਤਿ ਸਮਾਉਣ ਤੋਂ ਥੋੜ੍ਹਾ ਚਿਰ ਪਹਿਲਾਂ ਹੀ ਉਨ੍ਹਾਂ ਨੇ ਗੁਰੂ ਅੰਗਦ ਦੇਵ ਜੀ ਨੂੰ ਗੁਰਿਆਈ ਦੇ ਦਿੱਤੀ ਸੀ।

ਅਭਿਆਸ (Exercise)

Write the answers of the following questions in your note book :

1. Answer the following questions in English :

1. When and where was Guru Nanak born ?

    ....

    ....

2. Write the names of the mother and father of Guru Nanak ?

    ....

    ....

3. Who was Guru Nanak's sister ?

    ....

4. How did he spend most of his time in the early years of his age ? Give two details.

    ....

    ....

5. Why did his father give him twenty rupees ?

    ....

    ....

6. What did Guru Nanak do with twenty rupees ?

    ....

7. Why did Guru Nanak leave his house ? Give two details.

    ....

    ....

8. When and where did Guru Nanak die ?

    ....

    ....

2. Which two statements are true ? Write the letters of the correct answers in the boxes.

A	Guru Nanak died in 1469.
B	His father wanted Guru Nanak to do business.
C	People were very happy in those days.
D	He left his house to preach his teachings.
E	He spent twenty rupees to buy things for himself.

☐   ☐

3. Answer the following questions in Panjabi :

ਹੇਠ ਲਿਖੇ ਪ੍ਰਸ਼ਨਾਂ ਦੇ ਉੱਤਰ ਪੰਜਾਬੀ ਵਿੱਚ ਲਿਖੋ :

1. ਗੁਰੂ ਨਾਨਕ ਦੇਵ ਜੀ ਦੇ ਪਰਿਵਾਰ ਬਾਰੇ ਦੋ ਗੱਲਾਂ ਲਿਖੋ।

   ....

   ....

2. ਗੁਰੂ ਨਾਨਕ ਦੇਵ ਜੀ ਕਦੋਂ ਤੇ ਕਿੱਥੇ ਪੈਦਾ ਹੋਏ ਸੀ ?

   ....

3. ਗੁਰੂ ਨਾਨਕ ਦੇਵ ਜੀ ਨੂੰ ਉਸ ਦੇ ਪਿਤਾ ਜੀ ਨੇ 20/- ਰੁਪਏ ਕਿਉਂ ਦਿੱਤੇ ਸੀ ?

   ....

4. ਗੁਰੂ ਨਾਨਕ ਦੇਵ ਜੀ ਨੇ ਘਰ ਕਿਉਂ ਛੱਡਿਆ ਸੀ ?

   ....

5. ਗੁਰੂ ਨਾਨਕ ਦੇਵ ਜੀ ਨੇ ਕੀ ਉਪਦੇਸ਼ ਦਿੱਤਾ ਸੀ ? ਦੋ ਗੱਲਾਂ ਲਿਖੋ।

   ....

   ....

6. ਗੁਰੂ ਨਾਨਕ ਦੇਵ ਜੀ ਕਦੋਂ ਅਤੇ ਕਿੱਥੇ ਜੋਤੀ ਜੋਤਿ ਸਮਾਏ ?

   ....

4. **Translate the first two paragraphs into English.**

5. **ਹੇਠ ਦਿੱਤੀ ਵਾਰਤਾ ਨੂੰ ਇਸ ਦੇ ਹੇਠਾਂ ਵਾਲੀ ਲਿਸਟ ਵਿੱਚੋਂ ਸ਼ਬਦਾਂ ਨਾਲ ਪੂਰਾ ਕਰੋ।**

ਉਦਾਹਰਣ

ਗੁਰੂ ਨਾਨਕ ਦੇਵ ਜੀ 1469 ਨੂੰ ਤਲਵੰਡੀ ਵਿੱਚ [8] ਹੋਏ ਸੀ। ਬੀਬੀ ਨਾਨਕੀ ਉਹਨਾਂ ਦੀ [ ] ਸੀ। ਗੁਰੂ ਨਾਨਕ ਦੇਵ ਜੀ ਆਪਣਾ ਬਹੁਤਾ ਸਮਾਂ ਪਰਮਾਤਮਾ ਦੀ [ ] ਵਿੱਚ ਗੁਜ਼ਾਰਦੇ ਸਨ। ਉਹਨਾਂ ਨੇ ਆਪਣੇ ਪਿਤਾ ਜੀ ਵੱਲੋਂ ਦਿੱਤੇ ਪੈਸੇ [ ] ਸਾਧੂਆਂ ਨੂੰ ਖਾਣ-ਖਿਲਾਉਣ ਲਈ ਖ਼ਰਚ ਦਿੱਤੇ ਸਨ। ਗੁਰੂ ਜੀ ਨੇ ਬਹੁਤ ਸਾਰੇ [ ] ਨੂੰ [ ] ਰਸਤੇ ਪਾਇਆ। ਉਹਨਾਂ ਦਾ [ ] ਹਿੰਦੂ ਅਤੇ ਮੁਸਲਮਾਨਾਂ ਨੂੰ ਸਾਂਝਾ ਸੀ।

ਸਹੀ ਸ਼ਬਦ ਦੇ ਸਾਹਮਣੇ ਵਾਲਾ ਨੰਬਰ ਖ਼ਾਨੇ ਵਿੱਚ ਲਿਖੋ :

1.	ਲੋਕਾਂ	6.	ਸੰਤਾਂ
2.	ਭਗਤੀ	7.	ਸਿੱਧੇ
3.	ਖਾਣਾ	8.	ਪੈਦਾ
4.	ਉਪਦੇਸ਼	9.	ਭੁੱਖੇ
5.	ਭੈਣ		

ਟੈਲੀਵਿਯਨ ਦੇ ਲਾਭ ਅਤੇ ਹਾਨੀਆਂ

ਟੈਲੀਵਿਯਨ ਹਜ਼ਾਰਾਂ ਮੀਲ ਦੂਰ ਬੈਠਿਆਂ ਨੂੰ ਨੇੜੇ ਕਰ ਦਿੰਦਾ ਹੈ। ਅਸੀਂ ਦੂਸਰੇ ਸ਼ਹਿਰਾਂ ਅਤੇ ਦੇਸ਼ਾਂ ਦੀਆਂ ਖ਼ਬਰਾਂ, ਮੌਸਮ ਦਾ ਹਾਲ ਅਤੇ ਵਿਦਵਾਨਾਂ ਦੇ ਭਾਸ਼ਨ ਘਰ ਬੈਠੇ ਸੁਣ ਸਕਦੇ ਹਾਂ। ਟੈਲੀਵਿਯਨ ਸਾਡੇ ਲਈ ਸਾਇੰਸ ਦਾ ਇੱਕ ਵੱਡਾ ਤੋਹ.ਫਾ ਹੈ।

ਅੱਜ-ਕੱਲ੍ਹ ਲਗਭਗ ਹਰ ਘਰ ਵਿੱਚ ਟੈਲੀਵਿਯਨ ਹੈ। ਕਈ ਘਰਾਂ ਵਿੱਚ ਇੱਕ ਤੋਂ ਵੱਧ ਟੈਲੀਵਿਯਨ ਵੀ ਹਨ। ਟੈਲੀਵਿਯਨ ਦੇਖਣ ਦੇ ਕਈ ਲਾਭ ਹਨ। ਟੈਲੀਵਿਯਨ ਦੇਖਣ ਨਾਲ ਸਾਨੂੰ ਪਤਾ ਲੱਗਦਾ ਹੈ ਕਿ ਦੁਨੀਆਂ ਵਿੱਚ ਕੀ ਹੋ ਰਿਹਾ ਹੈ।

ਟੈਲੀਵਿਯਨ ਮਨੋਰੰਜਨ ਦਾ ਇੱਕ ਬਹੁਤ ਵੱਡਾ ਸਾਧਨ ਹੈ। ਟੈਲੀਵਿਯਨ 'ਤੇ ਕਈ ਕਿਸਮ ਦੀਆਂ ਫ਼ਿਲਮਾਂ, ਡਰਾਮੇ, ਡਾਂਸ, ਗੀਤ-ਸੰਗੀਤ ਅਤੇ ਖੇਡਾਂ ਦੇ ਪ੍ਰੋਗਰਾਮ ਹੁੰਦੇ ਹਨ। ਬਹੁਤੇ ਲੋਕੀਂ ਇਹ ਪ੍ਰੋਗਰਾਮ ਪਸੰਦ ਕਰਦੇ ਹਨ।

ਟੈਲੀਵਿਯਨ ਦੇਖਣ ਨਾਲ ਗਿਆਨ ਵਿੱਚ ਵਾਧਾ ਹੁੰਦਾ ਹੈ, ਕਿਉਂਕਿ ਟੈਲੀਵਿਯਨ 'ਤੇ ਕਈ ਪ੍ਰਕਾਰ ਦੇ ਵਿੱਦਿਅਕ ਪ੍ਰੋਗਰਾਮ ਦਿਖਾਏ ਜਾਂਦੇ ਹਨ। ਸਕੂਲਾਂ ਦੇ ਬੱਚਿਆਂ ਲਈ ਕਈ ਪ੍ਰੋਗਰਾਮ ਹਨ, ਜੋ ਉਹਨਾਂ ਦੀ ਪੜ੍ਹਾਈ ਵਿੱਚ ਬਹੁਤ ਸਹਾਇਤਾ ਕਰਦੇ ਹਨ। ਟੈਲੀਵਿਯਨ ਦੁਆਰਾ ਕਈ ਭਾਸ਼ਾਵਾਂ ਵੀ ਸਿਖਾਈਆਂ ਜਾਂਦੀਆਂ ਹਨ। ਛੋਟੇ ਬੱਚਿਆਂ ਲਈ ਕਈ ਕਾਰਟੂਨਾਂ ਦੇ ਪ੍ਰੋਗਰਾਮ ਹਨ, ਜੋ ਬੱਚੇ ਦੇਖਣਾ ਬਹੁਤ ਪਸੰਦ ਕਰਦੇ ਹਨ।

ਜਿੱਥੇ ਟੈਲੀਵਿਯਨ ਦੇਖਣ ਦੇ ਬਹੁਤ ਸਾਰੇ ਲਾਭ ਹਨ, ਉੱਥੇ ਕੁਝ ਹਾਨੀਆਂ ਵੀ ਹਨ। ਬਹੁਤਾ ਟੈਲੀਵਿਯਨ ਦੇਖਣ ਨਾਲ ਅੱਖਾਂ 'ਤੇ ਮਾੜਾ ਅਸਰ ਪੈਂਦਾ ਹੈ ਅਤੇ ਅੱਖਾਂ ਦੀ ਰੌਸ਼ਨੀ ਘੱਟ ਸਕਦੀ ਹੈ।

ਕਈ ਬੱਚੇ ਟੈਲੀਵਿਯਨ ਦੇਖਣ ਦੇ ਆਦੀ ਹੋ ਜਾਂਦੇ ਹਨ। ਉਹ ਰਾਤ ਨੂੰ ਦੇਰ ਤਕ

HORROR
NIGHT

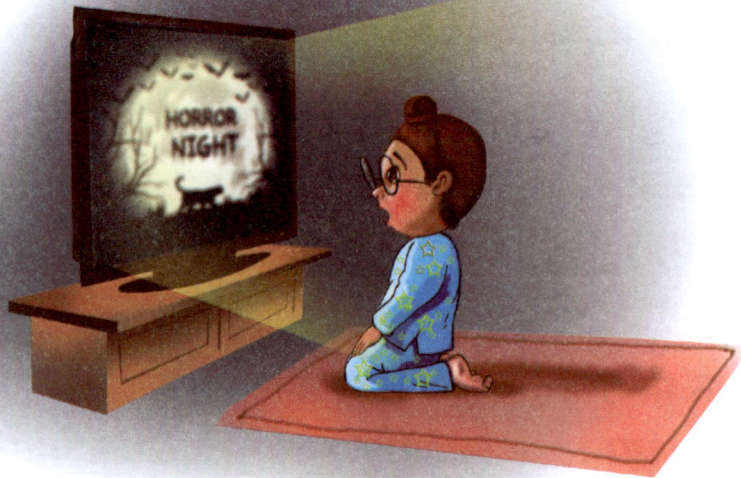

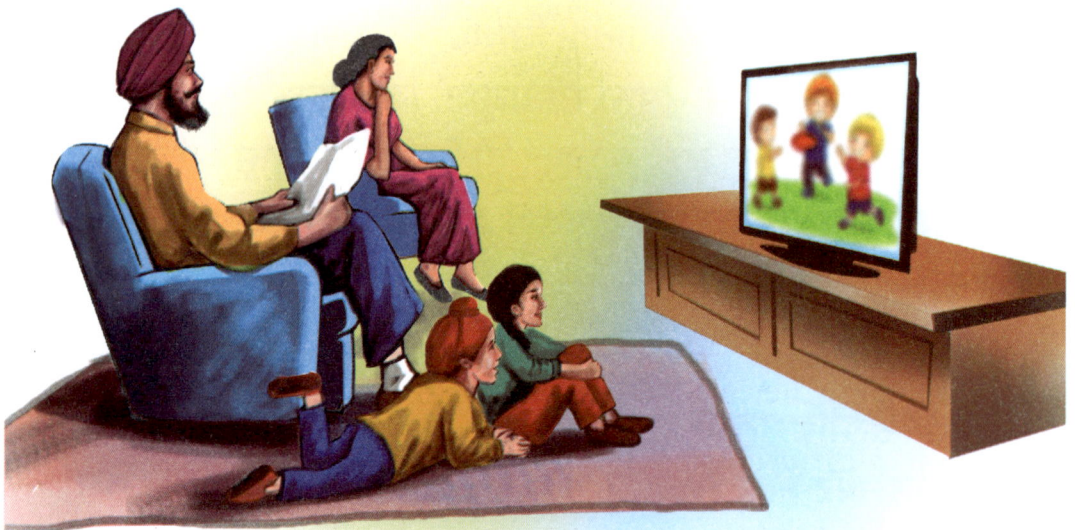

ਟੈਲੀਵਿਯਨ ਦੇਖਦੇ ਹਨ। ਉਹ ਆਪਣੇ ਸਕੂਲ ਦਾ ਕੰਮ ਵੀ ਸਮੇਂ ਸਿਰ ਨਹੀਂ ਕਰਦੇ। ਇਸ ਲਈ ਉਹ ਪੜ੍ਹਾਈ ਵਿੱਚ ਪਿੱਛੇ ਰਹਿ ਜਾਂਦੇ ਹਨ।

ਬਹੁਤਾ ਟੈਲੀਵਿਯਨ ਦੇਖਣ ਨਾਲ ਸਿਹਤ 'ਤੇ ਵੀ ਬਹੁਤ ਮਾੜਾ ਅਸਰ ਪੈਂਦਾ ਹੈ। ਬਹੁਤਾ ਚਿਰ ਬੈਠਣ ਨਾਲ ਸਰੀਰ ਨੂੰ ਕਈ ਕਿਸਮ ਦੀਆਂ ਬੀਮਾਰੀਆਂ ਲੱਗ ਸਕਦੀਆਂ ਹਨ, ਕਿਉਂਕਿ ਕਸਰਤ ਨਹੀਂ ਹੁੰਦੀ।

ਟੈਲੀਵਿਯਨ 'ਤੇ ਕਈ ਵਾਰ ਕਈ ਅਸ਼ਲੀਲ ਪ੍ਰੋਗਰਾਮ ਦਿਖਾਏ ਜਾਂਦੇ ਹਨ, ਜਿਨ੍ਹਾਂ ਨੂੰ ਦੇਖ ਕੇ ਨੌਜਵਾਨ ਪੀੜ੍ਹੀ 'ਤੇ ਕਾਫ਼ੀ ਭੈੜਾ ਅਸਰ ਪੈਂਦਾ ਹੈ।

ਬੱਚਿਆਂ ਨੂੰ ਟੈਲੀਵਿਯਨ 'ਤੇ ਸਿਰਫ਼ ਉਹ ਹੀ ਪ੍ਰੋਗਰਾਮ ਦੇਖਣੇ ਚਾਹੀਦੇ ਹਨ, ਜੋ ਵਿੱਦਿਆ, ਖੇਡਾਂ ਜਾਂ ਮਨੋਰੰਜਨ ਨਾਲ ਸੰਬੰਧਿਤ ਹੋਣ। ਟੈਲੀਵਿਯਨ 'ਤੇ ਬਹੁਤਾ ਸਮਾਂ ਨਹੀਂ ਗੁਜ਼ਾਰਨਾ ਚਾਹੀਦਾ।

ਅਭਿਆਸ (Exercise)

Write the answers of the following questions in your note book :

1. **Which two statements are true ? Write the letters of correct answers in the boxes.**

A	Watching too much television has no effect on studies.
B	Not all people have televisions.
C	Watching too much television can effect your eyes.
D	Young children like watching films more than other programmes.
E	You can be ill if you watch too much television.

2. (a) Watching television can help you to

A	be healthy.
B	gain knowledge.
C	get happiness.

Choose the correct answer to complete the sentence and write the letter in the box. ☐

(b) Young children like to watch

A	films.
B	news.
C	cartoons.

Choose the correct answer to complete the sentence and write the letter in the box. ☐

3. Fill in the blanks :

ਖ਼ਾਲੀ ਥਾਵਾਂ ਭਰੋ :

1. ਟੈਲੀਵਿਯਨ ਦੇਖਣ ਨਾਲ ਸਾਨੂੰ ਪਤਾ ਲੱਗਦਾ ਹੈ ਕਿ....................ਵਿੱਚ ਕੀ ਹੋ ਰਿਹਾ ਹੈ।
2. ਟੈਲੀਵਿਯਨ ਮਨੋਰੰਜਨ ਦਾ ਇੱਕ ਵੱਡਾ................ਹੈ।
3. ਛੋਟੇ ਬੱਚੇ................ਦਾ ਪ੍ਰੋਗਰਾਮ ਵੱਧ ਪਸੰਦ ਕਰਦੇ ਹਨ।
4. ਬਹੁਤਾ ਟੈਲੀਵਿਯਨ ਦੇਖਣ ਨਾਲ................ਖ਼ਰਾਬ ਹੋ ਜਾਂਦੀਆਂ ਹਨ।
5. ਬਹੁਤਾ ਟੈਲੀਵਿਯਨ ਦੇਖਣ ਨਾਲ ਕਈ................ਲੱਗ ਸਕਦੀਆਂ ਹਨ।

4. ਟੈਲੀਵਿਯਨ ਦੇਖਣ ਦੇ ਕੀ ਲਾਭ ਹਨ ? ਚਾਰ ਗੱਲਾਂ ਪੰਜਾਬੀ ਵਿੱਚ ਲਿਖੋ।

....

....

....

....

5. ਬਹੁਤਾ ਟੈਲੀਵਿਯਨ ਦੇਖਣ ਦੀਆਂ ਕੀ ਹਾਨੀਆਂ ਹਨ ? ਚਾਰ ਗੱਲਾਂ ਪੰਜਾਬੀ ਵਿੱਚ ਲਿਖੋ।

....

....

....

....

6. Translate the following passage into Panjabi :

People watch television for different reasons. Some people watch it for re-creation while others use it to get news about other countries. I watch Panjabi channels on TV because these channels give a lot of information about the Panjab. There are many advantages of watching television. There are also some dis-advantages.

7. Translate the first two paragraphs into English.

16

ਅਰਸ਼ਦੀਪ ਦੇ ਗੁਆਂਢੀ

ਜੇ ਤੁਹਾਡਾ ਗੁਆਂਢ ਚੰਗਾ ਹੈ ਤਾਂ ਦਿਨ ਖ਼ੁਸ਼ੀ ਨਾਲ ਨਿਕਲ ਜਾਂਦੇ ਹਨ, ਪਰ ਜੇ ਗੁਆਂਢ ਮਾੜਾ ਹੈ ਤਾਂ ਕੋਈ ਨਾ ਕੋਈ ਮੁਸੀਬਤ ਖੜ੍ਹੀ ਰਹਿੰਦੀ ਹੈ। ਸਾਡੇ ਇੱਕ ਪਾਸੇ ਦੇ ਗੁਆਂਢੀ ਤਾਂ ਬਹੁਤ ਚੰਗੇ ਹਨ ਅਤੇ ਅਸੀਂ ਉਹਨਾਂ ਨੂੰ ਬਹੁਤ ਪਸੰਦ ਕਰਦੇ ਹਾਂ। ਸਾਰਾ ਟੱਬਰ ਹੀ ਨੇਕ ਸੁਭਾਅ, ਰਹਿਮ ਦਿਲ, ਕ੍ਰਿਪਾਲੂ ਅਤੇ ਲੋਕ ਭਲਾਈ ਕਰਨ ਲਈ ਹਰ ਵੇਲੇ ਤਿਆਰ ਰਹਿੰਦਾ ਹੈ। ਇਸ ਪਰਿਵਾਰ ਦੇ ਸਾਰੇ ਮੈਂਬਰ ਸਦਾ ਸੱਚ ਬੋਲਦੇ ਹਨ ਅਤੇ ਇਸ ਦੇ ਮੁਖੀ ਇੱਕ ਬਹੁਤ ਉੱਚੀ ਸ਼ਖ਼ਸੀਅਤ ਦੇ ਮਾਲਕ ਹਨ। ਇਹਨਾਂ ਦੇ ਦਰਸ਼ਨ ਕੀਤਿਆਂ ਮਨ ਨੂੰ ਸ਼ਾਂਤੀ ਮਿਲਦੀ ਹੈ।

ਇਹਨਾਂ ਨੇ ਘਰ ਵਿੱਚ ਸ੍ਰੀ ਗੁਰੂ ਗ੍ਰੰਥ ਸਾਹਿਬ ਜੀ ਦੀ ਬੀੜ ਰੱਖੀ ਹੋਈ ਹੈ ਤੇ ਹਰ ਰੋਜ਼ ਸਵੇਰੇ-ਸ਼ਾਮ ਸਾਰਾ ਟੱਬਰ ਪਾਠ ਕਰਦਾ ਹੈ। ਅਸੀਂ ਉਹਨਾਂ ਦੀ ਈਮਾਨਦਾਰੀ, ਪਿਆਰ, ਸਤਿਕਾਰ ਅਤੇ ਵਫ਼ਾਦਾਰੀ ਦੇ ਬਹੁਤ ਰਿਣੀ ਹਾਂ। ਜਦੋਂ ਕਦੀ ਵੀ ਸਾਨੂੰ

ਕਿਸੇ ਚੀਜ਼ ਦੀ ਲੋੜ ਪੈਂਦੀ ਹੈ ਤਾਂ ਅਸੀਂ ਝੱਟ ਉਹਨਾਂ ਦੇ ਘਰ ਬਗੈਰ ਕਿਸੇ ਝਿਜਕ ਤੋਂ ਚਲੇ ਜਾਂਦੇ ਹਾਂ ਅਤੇ ਉਹ ਸਾਡੀ ਸਦਾ ਸਹਾਇਤਾ ਕਰਦੇ ਹਨ।

ਪਰ ਦੂਜੇ ਪਾਸੇ ਦੇ ਗੁਆਂਢੀ ਇਸ ਤੋਂ ਬਿਲਕੁਲ ਉਲਟ ਹਨ ਅਤੇ ਅਸੀਂ ਉਹਨਾਂ ਨੂੰ ਪਸੰਦ ਨਹੀਂ ਕਰਦੇ। ਇਸ ਪਰਿਵਾਰ ਦਾ ਮੁਖੀਆ ਬੜਾ ਬਦਚਲਣ, ਸ਼ਰਾਬੀ ਤੇ ਗੁੰਡਾ-ਗਰਦੀ ਕਰਨ ਵਾਲਾ ਬੰਦਾ ਹੈ। ਇਹ ਬੰਦਾ ਹਰ ਵੇਲੇ ਆਪਣੇ ਘਰ ਲੜਾਈ-ਝਗੜਾ ਰੱਖਦਾ ਹੈ। ਅੱਧੀ ਅੱਧੀ ਰਾਤ ਨੂੰ ਸ਼ਰਾਬੀ ਹੋਇਆ, ਘਰ ਆਣ ਕੇ ਆਪਣੀ ਘਰਵਾਲੀ ਨੂੰ ਕੁਟਾਪਾ ਫੇਰਦਾ ਹੈ। ਹਰ ਰੋਜ਼ ਹੀ ਉਹਨਾਂ ਦੇ ਘਰ ਵਿੱਚ ਡਰਾਮਾ ਹੁੰਦਾ ਰਹਿੰਦਾ ਹੈ। ਬਹੁਤ ਜ਼ਿਆਦਾ ਸ਼ੋਰ ਸ਼ਰਾਬਾ ਉਹਨਾਂ ਦੇ ਘਰ ਪਿਆ ਰਹਿੰਦਾ ਹੈ ਅਤੇ ਨਿੱਤ ਪੁਲਿਸ ਵਾਲੇ ਪ੍ਰਾਹੁਣਿਆਂ ਵਾਂਗ ਆਉਂਦੇ-ਜਾਂਦੇ ਰਹਿੰਦੇ ਹਨ।

ਮਾਂ-ਬਾਪ ਦੀ ਇਸ ਲੜਾਈ-ਝਗੜੇ ਦਾ ਬੱਚਿਆਂ 'ਤੇ ਅਸਰ ਪੈਣਾ ਕੁਦਰਤੀ ਹੈ। ਨਾ ਤਾਂ ਬਾਪ ਹੀ ਬੱਚਿਆਂ ਵੱਲ ਕੋਈ ਧਿਆਨ ਦਿੰਦਾ ਹੈ ਤੇ ਨਾ ਮਾਂ ਉਹਨਾਂ ਦੀ ਦੇਖ-ਭਾਲ ਕਰਦੀ ਹੈ। ਬੱਚਿਆਂ ਨੂੰ ਮਾਂ-ਬਾਪ ਦਾ ਪਿਆਰ ਜ਼ਰੂਰੀ ਹੈ, ਖ਼ਾਸ ਕਰਕੇ ਛੋਟੀ ਉਮਰ ਵਿੱਚ। ਪਰ ਇਸ ਪਰਿਵਾਰ ਦੇ ਬੱਚਿਆਂ ਨੂੰ ਪਿਆਰ ਦੀ ਥਾਂ ਸਵੇਰ ਤੋਂ ਸ਼ਾਮ ਤਕ ਝਿੜਕਾਂ ਮਿਲਦੀਆਂ ਹਨ। ਨਾ ਖਾਣ ਨੂੰ ਚੰਗਾ ਖਾਣਾ ਤੇ ਨਾ ਹੀ ਪਹਿਨਣ ਨੂੰ ਚੰਗੇ ਕੱਪੜੇ। ਜਿਸ ਤਰ੍ਹਾਂ ਉਹਨਾਂ ਦਾ ਬਾਪ ਗਾਲ੍ਹਾਂ ਕੱਢਦਾ ਹੈ, ਉਸੇ ਤਰ੍ਹਾਂ ਇਹ ਬੱਚੇ ਵੀ ਗਾਲ੍ਹਾਂ ਕੱਢਦੇ ਹਨ। ਜ਼ਿਆਦਾ ਕਸੂਰ ਬਾਪ ਦਾ ਹੈ, ਕਿਉਂਕਿ ਉਹ ਹਰ ਰੋਜ਼ ਸ਼ਾਮ ਨੂੰ ਸ਼ਰਾਬ ਪੀ ਕੇ ਆਉਂਦਾ ਹੈ ਤੇ ਉਸ ਦੀ ਪਤਨੀ ਉਸ ਨੂੰ ਇਸ ਭੈੜੀ ਵਾਦੀ ਤੋਂ ਰੋਕਦੀ ਹੈ।

ਅਸੀਂ ਹਰ ਰੋਜ਼ ਸੋਚਦੇ ਹਾਂ ਕਿ ਇਸ ਪਰਿਵਾਰ ਦਾ ਸਾਡੇ ਪਰਿਵਾਰ 'ਤੇ ਅਸਰ ਪੈਣਾ ਕੁਦਰਤੀ ਹੈ। ਇਸ ਲਈ ਕਦੇ ਤਾਂ ਅਸੀਂ ਮਕਾਨ ਬਦਲਣ ਬਾਰੇ ਸੋਚਦੇ ਹਾਂ, ਪਰ ਜਦੋਂ ਦੂਜੇ ਪਾਸੇ ਦੇ ਗੁਆਂਢੀਆਂ ਦਾ ਖ਼ਿਆਲ ਆ ਜਾਂਦਾ ਹੈ ਤਾਂ ਇਹ ਸਲਾਹ ਬਦਲ ਜਾਂਦੀ ਹੈ। ਫੇਰ ਅਸੀਂ ਵਾਹਿਗੁਰੂ ਅੱਗੇ ਅਰਦਾਸ ਕਰਦੇ ਹਾਂ ਕਿ ਉਹ ਇਸ ਟੱਬਰ ਨੂੰ ਚੰਗੇ ਰਸਤੇ 'ਤੇ ਪਾਵੇ ਅਤੇ ਇਹਨਾਂ ਦੇ ਘਰ ਸ਼ਾਂਤੀ ਅਤੇ ਸੰਤੋਖ ਹੋਵੇ।

ਅਭਿਆਸ (Exercise)

Write the answers of the following questions in your note book :

1. Which two statements are true ? Write the letters of the correct answers in the boxes.

A	Arshdeep's neighbours of both sides are good.
B	Neighbours of one side are very religious.
C	Both neighbours help Arshdeep's family.
D	Neighbours of one side keep fighting.
E	Arshdeep's parents will be buying another house.

☐ ☐

2. **ਅਰਸ਼ਦੀਪ ਆਪਣੇ ਇੱਕ ਪਾਸੇ ਦੇ ਗੁਆਂਢੀਆਂ ਨੂੰ ਕਿਉਂ ਪਸੰਦ ਕਰਦੀ ਹੈ ? ਚਾਰ ਕਾਰਨ ਪੰਜਾਬੀ ਵਿੱਚ ਲਿਖੋ।**

....

....

....

....

3. **ਅਰਸ਼ਦੀਪ ਆਪਣੇ ਦੂਜੇ ਪਾਸੇ ਦੇ ਗੁਆਂਢੀਆਂ ਨੂੰ ਕਿਉਂ ਪਸੰਦ ਨਹੀਂ ਕਰਦੀ ਹੈ ? ਚਾਰ ਕਾਰਨ ਪੰਜਾਬੀ ਵਿੱਚ ਲਿਖੋ।**

....

....

....

....

4. **ਅਰਸ਼ਦੀਪ ਦੇ ਪਰਿਵਾਰ ਦੇ ਘਰ ਬਦਲਣ ਬਾਰੇ ਕੀ ਵਿਚਾਰ ਹਨ ? ਦੋ ਗੱਲਾਂ ਲਿਖੋ।**

....

....

5. **Translate the following passage into Panjabi.**

I live in Coventry. People in my neighbourhood are very nice. They help each other. They keep the area neat and clean. There is a shopping centre and also a sports centre in our neighbourhood. People play many games in the sports centre to keep fit. It is very easy for shopping because the shopping centre is near our house.

6. **Translate the first two paragraph into English.**

7. **ਹੇਠ ਲਿਖੀ ਵਾਰਤਾ ਨੂੰ ਇਸ ਦੇ ਹੇਠਾਂ ਦਿੱਤੀ ਲਿਸਟ ਵਿੱਚੋਂ ਸ਼ਬਦਾਂ ਨਾਲ ਪੂਰਾ ਕਰੋ।**

ਉਦਾਹਰਣ

ਸਾਡੇ ਇੱਕ ਪਾਸੇ ਦੇ [3] ਬਹੁਤ ਚੰਗੇ ਹਨ। ਉਹ ਲੋਕ [ ] ਦੇ ਕੰਮ ਕਰਨ ਲਈ ਹਰ ਵੇਲੇ [ ] ਰਹਿੰਦੇ ਹਨ। ਇਹ ਪਰਿਵਾਰ ਹਰ ਰੋਜ਼ [ ] ਕਰਦਾ ਹੈ। ਦੂਜੇ ਪਾਸੇ ਦੇ ਗੁਆਂਢੀ ਹਰ ਵੇਲੇ [ ] ਰਹਿੰਦੇ ਹਨ। ਘਰ ਦਾ ਮੁਖੀ [ ] ਪੀਂਦਾ ਹੈ। ਉਹ ਆਪਣੀ ਪਤਨੀ ਨੂੰ [ ] ਰਹਿੰਦਾ ਹੈ।

ਸਹੀ ਸ਼ਬਦਾਂ ਦੇ ਸਾਹਮਣੇ ਵਾਲੇ ਨੰਬਰ ਖ਼ਾਨੇ ਵਿੱਚ ਲਿਖੋ :

1.	ਸ਼ਰਾਬ	5.	ਪਾਠ
2.	ਤਿਆਰ	6.	ਭਲਾਈ
3.	ਗੁਆਂਢੀ	7.	ਲੜਦੇ
4.	ਕੁੱਟਦਾ		

17

ਮੇਰੀ ਭੈਣ ਦਾ ਵਿਆਹ

ਮੇਰਾ ਨਾਂ ਸਤਵੀਰ ਹੈ ਅਤੇ ਮੈਂ ਇਹ ਲੇਖ ਆਪਣੀ ਭੈਣ ਦੇ ਵਿਆਹ ਬਾਰੇ ਲਿਖਿਆ ਹੈ। ਪਿਛਲੇ ਮਹੀਨੇ ਮੇਰੀ ਭੈਣ ਹਰਪ੍ਰੀਤ ਦਾ ਵਿਆਹ ਸੀ। ਘਰ ਵਿੱਚ ਵਿਆਹ ਦੀ ਤਿਆਰੀ ਇੱਕ ਮਹੀਨਾ ਪਹਿਲਾਂ ਹੀ ਹੋਣੀ ਸ਼ੁਰੂ ਹੋ ਗਈ ਸੀ। ਸਾਰੇ ਮਕਾਨ ਦੀ ਸਫ਼ਾਈ ਕੀਤੀ ਗਈ। ਸਾਰੇ ਕਮਰਿਆਂ ਦੀਆਂ ਕੰਧਾਂ, ਦਰਵਾਜ਼ਿਆਂ ਅਤੇ ਤਾਕੀਆਂ ਨੂੰ ਰੰਗ ਕੀਤਾ ਗਿਆ। ਸਾਰਾ ਮਕਾਨ ਬਹੁਤ ਸੋਹਣਾ ਲੱਗਦਾ ਸੀ।

ਵਿਆਹ ਤੋਂ ਇੱਕ ਹਫ਼ਤਾ ਪਹਿਲਾਂ ਹਰੇਕ ਚੀਜ਼ ਦਾ ਪ੍ਰਬੰਧ ਕੀਤਾ ਗਿਆ ਸੀ। ਮਾਤਾ ਜੀ ਨੇ ਕੁਝ ਮਿਠਿਆਈਆਂ ਘਰ ਹੀ ਬਣਾਈਆਂ ਸਨ। ਲੱਡੂ, ਗੁਲਾਬ ਜਾਮਣ, ਬਰਫ਼ੀ, ਪੇੜੇ, ਰਸਗੁੱਲੇ ਇੱਕ ਹਫ਼ਤਾ ਪਹਿਲਾਂ ਹੀ ਬਣਵਾ ਲਏ ਸਨ, ਪਰ ਜਲੇਬੀਆਂ ਵਿਆਹ ਵਾਲੇ ਦਿਨ ਹੀ ਬਣਵਾਈਆਂ ਸਨ।

ਵਿਆਹ ਵਾਲੇ ਦਿਨ ਹਰ ਇੱਕ ਨੇ ਸੋਹਣੇ ਕੱਪੜੇ ਪਾਏ ਹੋਏ ਸਨ। ਕੁਝ ਰਿਸ਼ਤੇਦਾਰ ਵਿਆਹ ਤੋਂ ਇੱਕ ਦਿਨ ਪਹਿਲਾਂ ਹੀ ਆ ਗਏ ਸਨ। ਬਾਕੀ ਦੇ ਵਿਆਹ ਵਾਲੇ ਦਿਨ ਆਏ ਸਨ। ਹਰਪ੍ਰੀਤ ਨੇ ਸਪੈਸ਼ਲ ਲਾਲ ਰੰਗ ਦੇ ਕੱਪੜੇ ਪਾਏ ਸਨ। ਉਹ ਇਹਨਾਂ ਕੱਪੜਿਆਂ ਵਿੱਚ ਬਹੁਤ ਸੁੰਦਰ ਲੱਗਦੀ ਸੀ।

ਬਰਾਤ ਠੀਕ ਦਸ ਵਜੇ ਪਹੁੰਚ ਗਈ ਸੀ। ਗੁਰਦਵਾਰੇ ਹੀ ਬਰਾਤੀਆਂ ਨੂੰ ਅਤੇ ਬਾਕੀ ਪ੍ਰਾਹੁਣਿਆਂ ਨੂੰ ਚਾਹ ਪਿਲਾਉਣ ਦਾ ਪ੍ਰਬੰਧ ਕੀਤਾ ਹੋਇਆ ਸੀ। ਇਸ ਲਈ ਦੋਹਾਂ ਪਾਸਿਆਂ ਦੇ ਸਾਰੇ ਪ੍ਰਾਹੁਣੇ ਗੁਰਦਵਾਰੇ ਇਕੱਠੇ ਹੋ ਗਏ ਸਨ। ਸਭ ਤੋਂ ਪਹਿਲਾਂ ਤਾਂ ਗੁਰਦਵਾਰੇ ਦੇ ਗ੍ਰੰਥੀ ਨੇ ਅਰਦਾਸ ਕੀਤੀ ਅਤੇ ਫੇਰ ਮਿਲਣੀ ਦੀ ਰਸਮ ਅਦਾ ਕੀਤੀ। ਮਿਲਣੀ ਦੀ ਰਸਮ ਵਿੱਚ ਮੁੰਡੇ ਅਤੇ ਕੁੜੀ ਦੇ ਦਾਦਾ, ਪਿਤਾ, ਚਾਚਾ ਅਤੇ ਹੋਰ ਨਜ਼ਦੀਕੀ ਰਿਸ਼ਤੇਦਾਰਾਂ ਨੂੰ ਇੱਕ ਦੂਜੇ ਨਾਲ ਮਿਲਾਇਆ ਜਾਂਦਾ ਹੈ।

ਮਿਲਣੀ ਦੀ ਰਸਮ ਖ਼ਤਮ ਹੋਣ ਤੋਂ ਬਾਅਦ ਪ੍ਰਾਹੁਣਿਆਂ ਨੂੰ ਚਾਹ ਪਿਲਾਈ ਗਈ।

ਚਾਹ ਦੇ ਨਾਲ ਕਈ ਤਰ੍ਹਾਂ ਦੀਆਂ ਮਿਠਿਆਈਆਂ ਜਿਵੇਂ ਕਿ ਲੱਡੂ, ਜਲੇਬੀਆਂ, ਗੁਲਾਬ ਜਾਮਣ, ਬਰਫ਼ੀ, ਸਮੋਸੇ ਅਤੇ ਪਕੌੜੇ ਦਿੱਤੇ ਗਏ। ਪਰ ਸਾਰੇ ਬਰਾਤੀਆਂ ਨੇ ਮਿਠਿਆਈ ਨਾਲੋਂ ਸਮੋਸੇ ਅਤੇ ਪਕੌੜੇ ਵਧੇਰੇ ਖਾਧੇ ਸਨ।

ਜਦੋਂ ਸਾਰੇ ਚਾਹ ਪਾਣੀ ਤੋਂ ਵਿਹਲੇ ਹੋਏ ਤਾਂ ਗੁਰਦਵਾਰੇ ਦੇ ਹਾਲ ਵਿੱਚ ਜਾ ਕੇ ਸ੍ਰੀ ਗੁਰੂ ਗ੍ਰੰਥ ਸਾਹਿਬ ਅੱਗੇ ਮੱਥਾ ਟੇਕ ਕੇ ਬੈਠ ਗਏ। ਕੀਰਤਨੀਆਂ ਨੇ ਕੀਰਤਨ ਕਰਨਾ ਸ਼ੁਰੂ ਕੀਤਾ। ਥੋੜ੍ਹੀ ਦੇਰ ਕੀਰਤਨ ਕਰਨ ਪਿੱਛੋਂ ਗ੍ਰੰਥੀ ਨੇ ਚਾਰ ਲਾਵਾਂ ਦਾ ਪਾਠ ਕੀਤਾ ਅਤੇ ਵਿਆਹ ਦੀ ਰਸਮ ਨੂੰ ਨਿਰਵਿਘਨ ਸਮਾਪਤ ਕੀਤਾ।

ਵਿਆਹ 'ਤੇ ਮੁੰਡੇ ਵਾਲਿਆਂ ਨੇ ਇੱਕ ਹੋਰ ਰਾਗੀ ਜੱਥਾ ਵੀ ਸੱਦਿਆ ਹੋਇਆ ਸੀ। ਇਸ ਜਥੇ ਨੇ ਇੱਕ ਸਿੱਖਿਆ ਤੇ ਇੱਕ ਸਿਹਰੇ ਦਾ ਗੀਤ ਸੁਣਾਇਆ। ਬਰਾਤੀਆਂ ਨੇ ਖ਼ੁਸ਼ ਹੋ ਕੇ ਇਸ ਜਥੇ ਦੇ ਅੱਗੇ ਪੌਂਡਾਂ ਦਾ ਢੇਰ ਲਾ ਦਿੱਤਾ। ਸਾਰੇ ਪ੍ਰਾਹੁਣਿਆਂ ਨੇ ਮੁੰਡੇ ਅਤੇ ਕੁੜੀ ਦੀਆਂ ਝੋਲੀਆਂ ਵੀ ਪੌਂਡਾਂ ਨਾਲ ਭਰ ਦਿੱਤੀਆਂ ਸਨ।

ਹੁਣ ਦੁਪਹਿਰ ਦਾ ਇੱਕ ਵੱਜ ਗਿਆ ਸੀ ਅਤੇ ਹਰ ਕੋਈ ਭੁੱਖ ਮਹਿਸੂਸ ਕਰ ਰਿਹਾ ਸੀ। ਖਾਣ ਦਾ ਪ੍ਰਬੰਧ ਇੱਕ ਕਮਿਊਨਿਟੀ ਹਾਲ ਵਿੱਚ ਕੀਤਾ ਹੋਇਆ ਸੀ। ਸਾਰੇ ਬਰਾਤੀ ਆਪਣੀ ਕੋਚ ਰਾਹੀਂ ਅਤੇ ਸਾਡੇ ਵੱਲੋਂ ਆਏ ਪ੍ਰਾਹੁਣੇ ਆਪਣੀਆਂ ਆਪਣੀਆਂ ਕਾਰਾਂ ਰਾਹੀਂ ਕਮਿਊਨਿਟੀ ਹਾਲ ਵਿੱਚ ਪਹੁੰਚ ਗਏ। ਉੱਥੇ ਸਭ ਤੋਂ ਪਹਿਲਾਂ ਪ੍ਰਾਹੁਣਿਆਂ ਨੂੰ ਪੀਣ ਲਈ ਕੋਕਾ ਕੋਲਾ, ਲੈਮਨੇਡ, ਜੂਸ ਅਤੇ ਹੋਰ ਬਹੁਤ ਕੁਝ ਦਿੱਤਾ ਗਿਆ, ਜੋ ਲੋਕਾਂ ਨੇ ਆਪਣੀ ਮਰਜ਼ੀ ਨਾਲ ਪੀਤਾ।

ਹਾਲ ਵਿੱਚ ਮੁੰਡੇ ਵਾਲਿਆਂ ਨੇ ਇੱਕ ਡੀ.ਜੇ. ਵੀ ਸੱਦਿਆ ਹੋਇਆ ਸੀ, ਜਿਸ ਨੇ ਤਰ੍ਹਾਂ ਤਰ੍ਹਾਂ ਦੇ ਗਾਣੇ ਲਾਏ। ਮਸਤੀ ਵਿੱਚ ਆ ਕੇ ਮੁੰਡੇ, ਕੁੜੀਆਂ, ਨੌਜਵਾਨਾਂ ਅਤੇ ਕੁਝ ਸਿਆਣਿਆਂ ਨੇ ਵੀ ਖ਼ੂਬ ਡਾਂਸ ਕੀਤਾ। ਹਰ ਕੋਈ ਖ਼ੁਸ਼ ਦਿਖਾਈ ਦਿੰਦਾ ਸੀ। ਡੀ.ਜੇ. ਦੀ ਆਵਾਜ਼ ਏਨੀ ਉੱਚੀ ਸੀ ਕਿ ਕਿਸੇ ਦੀ ਗੱਲ ਨਹੀਂ ਸੁਣਦੀ ਸੀ। ਜੇ ਕਿਸੇ ਰਿਸ਼ਤੇਦਾਰ ਨੇ ਇੱਕ ਦੂਜੇ ਨਾਲ ਗੱਲ ਕਰਨੀ ਹੁੰਦੀ ਸੀ ਤਾਂ ਉਹਨਾਂ ਨੂੰ ਹਾਲ ਦੇ ਬਾਹਰ ਜਾ ਕੇ ਕਰਨੀ ਪੈਂਦੀ ਸੀ। ਕਈ ਮੁੰਡੇ-ਕੁੜੀਆਂ ਤਾਂ ਡਾਂਸ ਵਿੱਚ ਐਨੇ ਰੁੱਝੇ ਹੋਏ ਸਨ ਕਿ ਉਹਨਾਂ ਨੂੰ ਖਾਣਾ ਖਾਣ ਦੀ ਵੀ ਕੋਈ ਪ੍ਰਵਾਹ ਨਹੀਂ ਸੀ।

ਖਾਣਾ ਪੂਰੇ ਤਿੰਨ ਵਜੇ ਵਰਤਾਉਣਾ ਸ਼ੁਰੂ ਹੋਇਆ। ਖਾਣੇ ਲਈ ਇੱਕ ਖਾਣਾ ਬਣਾਉਣ ਵਾਲੀ ਕੰਪਨੀ ਨੂੰ ਠੇਕਾ ਦਿੱਤਾ ਹੋਇਆ ਸੀ। ਇਸ ਕੰਪਨੀ ਨੇ ਖਾਣਾ ਵਰਤਾਉਣ ਲਈ 15 ਕੁੜੀਆਂ ਰੱਖੀਆਂ ਹੋਈਆਂ ਸਨ, ਜਿਨ੍ਹਾਂ ਨੇ ਆਪਣਾ ਖਾਣਾ ਵਰਤਾਉਣ ਦਾ ਫ਼ਰਜ਼ ਬੜੀ ਸਫਲਤਾ ਨਾਲ ਨਿਭਾਇਆ।

ਖਾਣਾ ਖਾਣ ਤੋਂ ਬਾਅਦ ਪ੍ਰਾਹੁਣੇ ਆਪਣੇ ਆਪਣੇ ਘਰਾਂ ਨੂੰ ਚਲੇ ਗਏ, ਪਰ ਕੁਝ

ਬਹੁਤ ਨਜ਼ਦੀਕੀ ਪ੍ਰਾਹੁਣੇ, ਜੋ ਦੋਹਾਂ ਪਾਸਿਆਂ ਤੋਂ ਸਨ, ਸਾਡੇ ਘਰ ਨੂੰ ਆਏ। ਇੱਥੇ ਸਭ ਨੂੰ ਚਾਹ ਪਾਣੀ ਪਿਲਾਇਆ ਗਿਆ ਅਤੇ ਪੂਰੇ ਪੰਜ ਵਜੇ ਹਰਪ੍ਰੀਤ ਦੀ ਡੋਲੀ ਘਰੋਂ ਤੋਰੀ। ਹਰਪ੍ਰੀਤ ਭਾਵੇਂ ਸਾਰਾ ਦਿਨ ਖ਼ੁਸ਼ ਰਹੀ, ਪਰ ਜਦੋਂ ਉਹ ਘਰੋਂ ਜਾਣ ਲੱਗੀ ਤਾਂ ਫੁੱਟ ਫੁੱਟ ਰੋ ਰਹੀ ਸੀ। ਉਸ ਨੂੰ ਵਿਛੜਨ ਵੇਲੇ ਆਪਣਾ ਪਰਿਵਾਰ ਦਾ ਪਿਆਰ ਯਾਦ ਆ ਰਿਹਾ ਸੀ। ਇਸ ਵੇਲੇ ਹਰਪ੍ਰੀਤ ਦੀਆਂ ਚਾਚੀਆਂ, ਤਾਈਆਂ, ਭਰਜਾਈਆਂ ਵਿਦਾਇਗੀ ਦਾ ਗੀਤ ਗਾ ਰਹੀਆਂ ਸਨ :

ਜਾ ਧੀਏ ਜਾ ਘਰ ਆਪਣੇ ਨੂੰ,
ਜਾਣਾ ਅੱਜ ਜ਼ਰੂਰ ਪਿਆ।
ਨਾ ਵੱਸ ਤੇਰੇ ਨਾ ਵੱਸ ਸਾਡੇ,
ਇਹ ਮੁੱਢ ਦਾ ਦਸਤੂਰ ਪਿਆ।

ਇਸ ਮੌਕੇ 'ਤੇ ਹਰਪ੍ਰੀਤ ਦੇ ਪਰਿਵਾਰ ਦਾ ਹਰ ਜੀਅ ਰੋ ਰਿਹਾ ਸੀ, ਕਿਉਂਕਿ ਉਸ ਦਿਨ ਤੋਂ ਹਰਪ੍ਰੀਤ ਉਹਨਾਂ ਨਾਲੋਂ ਵਿਛੜ ਰਹੀ ਸੀ ਅਤੇ ਹੁਣ ਉਹ ਸਦਾ ਲਈ ਆਪਣੇ ਸਹੁਰਿਆਂ ਦੇ ਘਰ ਰਹੇਗੀ।

ਸਤਵੀਰ ਦੇ ਖ਼ਿਆਲ ਵਿੱਚ ਵਿਆਹਾਂ 'ਤੇ ਬਹੁਤ ਖ਼ਰਚ ਨਹੀਂ ਕਰਨਾ ਚਾਹੀਦਾ। ਕਈ ਵਾਰ ਵਿਆਹਾਂ ਵਿੱਚ ਹਜ਼ਾਰਾਂ ਤੋਂ ਵੀ ਵੱਧ ਪ੍ਰਾਹੁਣੇ ਹੁੰਦੇ ਹਨ, ਜਿਹਨਾਂ ਲਈ ਗੁਰਦਵਾਰਿਆਂ ਵਿੱਚ ਅਤੇ ਖਾਣਾ ਖਾਣ ਲਈ ਐਨੇ ਵੱਡੇ ਹਾਲ ਨਹੀਂ ਹੁੰਦੇ। ਵਿਆਹ ਵਿੱਚ ਮੀਟ ਸ਼ਰਾਬ ਉੱਕੀ ਨਹੀਂ ਹੋਣੀ ਚਾਹੀਦੀ ਅਤੇ ਖਾਣਾ ਵੀ ਸਾਧਾਰਨ ਹੋਣਾ ਚਾਹੀਦਾ ਹੈ। ਅੱਜ-ਕੱਲ੍ਹ ਤਾਂ ਵਿਆਹਾਂ 'ਤੇ ਲੋਕੀਂ ਐਨਾ ਖ਼ਰਚ ਕਰਨ ਲੱਗ ਪਏ ਹਨ ਕਿ ਗ਼ਰੀਬ ਲੋਕਾਂ ਲਈ ਆਪਣੀਆਂ ਬੇਟੀਆਂ ਵਿਆਹੁਣਾ ਔਖਾ ਹੋ ਗਿਆ ਹੈ। ਮੇਰੇ ਖ਼ਿਆਲ ਵਿੱਚ ਸਾਡੇ ਕਮਿਊਨਿਟੀ ਦੇ ਲੀਡਰਾਂ ਨੂੰ ਮਿਲ ਕੇ ਇਸ ਸਮੱਸਿਆ ਦੇ ਹੱਲ ਲਈ ਕੁਝ ਸੋਚਣਾ ਚਾਹੀਦਾ ਹੈ।

ਅਭਿਆਸ (Exercise)

Write the answers of the following questions in your note book :

1. ਹੇਠ ਲਿਖੇ ਪ੍ਰਸ਼ਨਾਂ ਦੇ ਉੱਤਰ ਪੰਜਾਬੀ ਵਿੱਚ ਲਿਖੋ :

1. ਵਿਆਹ ਤੋਂ ਪਹਿਲਾਂ ਵਿਆਹ ਲਈ ਕੀ ਤਿਆਰੀਆਂ ਕੀਤੀਆਂ ਗਈਆਂ ਸਨ ? ਚਾਰ ਗੱਲਾਂ ਲਿਖੋ।

   ....

   ....

   ....

   ....

2. ਰਿਸ਼ਤੇਦਾਰ ਕਦੋਂ ਆਏ ? ਦੋ ਗੱਲਾਂ ਲਿਖੋ।

   ....

   ....

3. ਹਰਪ੍ਰੀਤ ਨੇ ਕਿਸ ਤਰ੍ਹਾਂ ਦੇ ਕੱਪੜੇ ਪਾਏ ਸਨ ?

   ....

4. ਮਿਲਣੀ ਦੀ ਰਸਮ ਵਿੱਚ ਕੀ ਹੋਇਆ ?

   ....

5. ਪ੍ਰਾਹੁਣਿਆਂ ਲਈ ਚਾਹ ਪਾਣੀ ਦਾ ਕੀ ਪ੍ਰਬੰਧ ਸੀ ?

   ....

6. ਗੁਰਦਵਾਰੇ ਵਿੱਚ ਵਿਆਹ ਦੀ ਰਸਮ ਕਿਸ ਤਰ੍ਹਾਂ ਹੋਈ ? ਆਪਣੇ ਸ਼ਬਦਾਂ ਵਿੱਚ ਲਿਖੋ।

   ....

7. ਰਾਗੀਆਂ ਤੋਂ ਖ਼ੁਸ਼ ਹੋ ਕੇ ਪ੍ਰਾਹੁਣਿਆਂ ਨੇ ਕੀ ਕੀਤਾ ?

   ....

8. ਖਾਣ ਦਾ ਪ੍ਰਬੰਧ ਕਿੱਥੇ ਸੀ ਅਤੇ ਪ੍ਰਾਹੁਣੇ ਉੱਥੇ ਕਿਸ ਤਰ੍ਹਾਂ ਪਹੁੰਚੇ ?

   ....

9. ਖਾਣਾ ਵਰਤਾਉਣ ਤੋਂ ਪਹਿਲਾਂ ਪ੍ਰਾਹੁਣਿਆਂ ਦੀ ਕਿਸ ਤਰ੍ਹਾਂ ਸੇਵਾ ਕੀਤੀ ਗਈ ?

   ....

10. ਆਪਣੇ ਘਰ ਤੋਂ ਆਪਣੇ ਸਹੁਰਿਆਂ ਦੇ ਘਰ ਜਾਣ ਲੱਗਿਆਂ ਹਰਪ੍ਰੀਤ ਕਿਸ ਤਰ੍ਹਾਂ ਮਹਿਸੂਸ ਕਰ ਰਹੀ ਸੀ ?

   ....

11. ਹਰਪ੍ਰੀਤ ਨੂੰ ਆਪਣੇ ਘਰ ਤੋਂ ਤੋਰਨ ਸਮੇਂ ਉਸ ਦਾ ਪਰਿਵਾਰ ਕੀ ਮਹਿਸੂਸ ਕਰ ਰਿਹਾ ਸੀ ?

   ....

12. ਸਤਵੀਰ ਦੇ ਪੰਜਾਬੀ ਵਿਆਹਾਂ ਬਾਰੇ ਕੀ ਵਿਚਾਰ ਹਨ ? ਚਾਰ ਗੱਲਾਂ ਲਿਖੋ।

   ....

   ....

   ....

   ....

13. ਤੁਹਾਡੇ ਆਪਣੇ ਪੰਜਾਬੀ ਵਿਆਹਾਂ ਬਾਰੇ ਕੀ ਵਿਚਾਰ ਹਨ ? ਚਾਰ ਗੱਲਾਂ ਲਿਖੋ।

   ....

   ....

   ....

   ....

2. ਹੇਠ ਲਿਖੇ ਸ਼ਬਦਾਂ/ਵਾਕ-ਅੰਸ਼ਾਂ ਨੂੰ ਆਪਣੇ ਵਾਕਾਂ ਵਿੱਚ ਵਰਤੋ :

ਪ੍ਰਬੰਧ, ਰਿਸ਼ਤੇਦਾਰ, ਸੁੰਦਰ, ਨਜ਼ਦੀਕੀ, ਰਸਮ, ਨਿਰਵਿਘਨ, ਸਮਾਪਤ, ਮਹਿਸੂਸ, ਮਸਤੀ, ਰੁੱਝੇ ਹੋਏ, ਸਫਲਤਾ, ਵਿਦਾਇਗੀ, ਦਸਤੂਰ।

3. **ਲਿਖੋ :**

ਠੀਕ (ਠ)

ਗ਼ਲਤ (ਗ਼)

ਪਤਾ ਨਹੀਂ (?)

ਉਦਾਹਰਣ

1.	ਵਿਆਹ ਦੀ ਤਿਆਰੀ ਇੱਕ ਮਹੀਨਾ ਪਹਿਲਾਂ ਸ਼ੁਰੂ ਹੋ ਗਈ ਸੀ।	ਠ
2.	ਹਰਪ੍ਰੀਤ ਹਰੇ ਰੰਗ ਦੇ ਕੱਪੜਿਆਂ ਵਿੱਚ ਬਹੁਤ ਸੁੰਦਰ ਲੱਗਦੀ ਸੀ।	
3.	ਪ੍ਰਾਹੁਣਿਆਂ ਲਈ ਚਾਹ-ਪਾਣੀ ਦਾ ਪ੍ਰਬੰਧ ਕਮਿਊਨਿਟੀ ਸੈਂਟਰ ਵਿੱਚ ਕੀਤਾ ਗਿਆ ਸੀ।	
4.	ਚਾਹ ਪਾਣੀ ਪੀ ਕੇ ਪ੍ਰਾਹੁਣੇ ਗੁਰਦਵਾਰੇ ਦੇ ਅੰਦਰ ਵਿਆਹ ਦੀ ਰਸਮ ਲਈ ਗਏ।	
5.	ਬਰਾਤੀਆਂ ਨੇ ਖ਼ੁਸ਼ ਹੋ ਕੇ ਰਾਗੀਆਂ ਨੂੰ ਬਹੁਤ ਪੈਸੇ ਦਿੱਤੇ।	
6.	ਦੁਪਹਿਰ ਦਾ ਖਾਣਾ ਘਰ ਵਾਲਿਆਂ ਨੇ ਆਪ ਤਿਆਰ ਕੀਤਾ ਸੀ।	
7.	ਹਰਪ੍ਰੀਤ ਘਰ ਤੋਂ ਆਪਣੀ ਡੋਲੀ ਤੁਰਨ ਸਮੇਂ ਬਹੁਤ ਖ਼ੁਸ਼ ਸੀ।	
8.	ਹਰਪ੍ਰੀਤ ਦੇ ਮਾਤਾ-ਪਿਤਾ ਡੋਲੀ ਤੋਰਨ ਸਮੇਂ ਬਹੁਤ ਉਦਾਸ ਸਨ।	
9.	ਸਤਵੀਰ ਵਿਆਹਾਂ 'ਤੇ ਬਹੁਤਾ ਖ਼ਰਚ ਕਰਨਾ ਪਸੰਦ ਨਹੀਂ ਕਰਦਾ।	
10.	ਬਰਾਤ ਕਾਵੈਂਟਰੀ ਤੋਂ ਆਈ ਸੀ।	

4. **Answer the following questions in English :**

1. What preparations were made before the marriage ? Give four details.

....

....

....

....

2. Where did the guests eat their dinner and how did they reach there?

   ....

3. How did Harpreet feel when leaving her parents home and why?

   ....

4. How did Harpreet's parents feel when seeing off their daughter?

   ....

5. What are Satbir's views on Panjabi marriages? Give four details.

   ....

   ....

   ....

   ....

5. Translate into Panjabi.

I would like to get married when I am about 25 years old. I want to finish my education first. I also want to get a job before marriage. Many people spend a lot of money on marriages. I am against spending too much money on marriage ceremony. I do not mind staying with my parents after marriage.

6. Translate the first two paragraphs into English.

18

ਮੇਰੀ ਇੰਡੀਆ ਦੀ ਯਾਤਰਾ : ਮੇਰੀਆਂ ਛੁੱਟੀਆਂ

ਮੇਰਾ ਨਾਂ ਅਰਨਪ੍ਰੀਤ ਹੈ। ਇਸ ਲੇਖ ਵਿੱਚ ਮੈਂ ਤੁਹਾਨੂੰ ਆਪਣੀ ਇੰਡੀਆ ਦੀ ਯਾਤਰਾ ਬਾਰੇ ਦੱਸਦੀ ਹਾਂ।

ਪਿਛਲੀਆਂ ਗਰਮੀ ਦੀਆਂ ਛੁੱਟੀਆਂ ਵਿੱਚ ਮੈਂ ਆਪਣੇ ਪਰਿਵਾਰ ਨਾਲ ਇੰਡੀਆ ਗਈ ਸੀ। ਅਸੀਂ ਕਾਵੈਂਟਰੀ ਤੋਂ ਬਰਮਿੰਘਮ ਦੇ ਹਵਾਈ ਅੱਡੇ 'ਤੇ ਪਹੁੰਚੇ। ਸਾਡਾ ਜਹਾਜ਼ ਏਅਰ ਇੰਡੀਆ ਦਾ ਸੀ, ਜੋ ਸਿੱਧਾ ਬਰਮਿੰਘਮ ਤੋਂ ਅੰਮ੍ਰਿਤਸਰ ਜਾਂਦਾ ਹੈ।

ਮੇਰਾ ਜਹਾਜ਼ ਦਾ ਸਫ਼ਰ ਬੜਾ ਚੰਗਾ ਸੀ, ਕਿਉਂਕਿ ਜਹਾਜ਼ ਵਿੱਚ ਸਾਰੀਆਂ ਸਹੂਲਤਾਂ ਸਨ। ਜਹਾਜ਼ ਵਿੱਚ ਟੈਲੀਵਿਯਨ, ਗੀਤ-ਸੰਗੀਤ ਅਤੇ ਖਾਣ-ਪੀਣ ਦਾ ਚੰਗਾ ਪ੍ਰਬੰਧ ਸੀ। ਮੇਰੀ ਸੀਟ ਖਿੜਕੀ ਦੇ ਕੋਲ ਸੀ। ਇਸ ਕਰਕੇ ਮੈਂ ਬਾਹਰ ਦਾ ਦ੍ਰਿਸ਼ ਚੰਗੀ ਤਰ੍ਹਾਂ ਦੇਖ ਸਕਦੀ ਸੀ।

ਸਾਡਾ ਜਹਾਜ਼ ਦਿੱਲੀ ਦੇ ਹਵਾਈ ਅੱਡੇ 'ਤੇ ਥੋੜ੍ਹੀ ਦੇਰ ਰੁਕਿਆ ਸੀ। ਇੱਥੇ ਦਿੱਲੀ ਜਾਣ ਵਾਲੀਆਂ ਸਵਾਰੀਆਂ ਉਤਰੀਆਂ ਸਨ ਅਤੇ ਅੰਮ੍ਰਿਤਸਰ ਜਾਣ ਵਾਲੀਆਂ ਚੜ੍ਹੀਆਂ ਸਨ। ਅਸੀਂ ਜਹਾਜ਼ ਵਿੱਚ ਹੀ ਬੈਠੇ ਰਹੇ ਸੀ। ਸਾਡਾ ਜਹਾਜ਼ ਸਵੇਰ ਦੇ ਦਸ ਵਜੇ ਅੰਮ੍ਰਿਤਸਰ ਪਹੁੰਚ ਗਿਆ ਸੀ।

ਜਦੋਂ ਅਸੀਂ ਅੰਮ੍ਰਿਤਸਰ ਜਹਾਜ਼ ਤੋਂ ਉਤਰੇ, ਮੈਨੂੰ ਬਹੁਤ ਗਰਮੀ ਲੱਗੀ। ਹਵਾਈ ਅੱਡੇ 'ਤੇ ਮੇਰੇ ਮਾਮਾ ਜੀ ਅਤੇ ਮਾਮੀ ਜੀ ਸਾਨੂੰ ਲੈਣ ਲਈ ਆਏ ਹੋਏ ਸਨ। ਮਾਮਾ ਜੀ ਅਤੇ ਮਾਮੀ ਜੀ ਜਲੰਧਰ ਸ਼ਹਿਰ ਵਿੱਚ ਰਹਿੰਦੇ ਹਨ। ਅਸੀਂ ਦੋ ਘੰਟਿਆਂ ਵਿੱਚ ਜਲੰਧਰ ਪਹੁੰਚ ਗਏ ਸੀ। ਮਾਮਾ ਜੀ, ਮਾਮੀ ਜੀ ਅਤੇ ਉਹਨਾਂ ਦੇ ਪਰਿਵਾਰ ਨੂੰ ਮਿਲ ਕੇ ਦਿਲ ਬਹੁਤ ਖ਼ੁਸ਼ ਹੋਇਆ। ਸਾਰੇ ਪਰਿਵਾਰ ਨੇ ਸਾਨੂੰ ਬਹੁਤ ਪਿਆਰ ਕੀਤਾ।

ਸਾਨੂੰ ਮਾਮਾ ਜੀ ਦਾ ਘਰ ਬਹੁਤ ਚੰਗਾ ਲੱਗਿਆ, ਕਿਉਂਕਿ ਘਰ ਬਹੁਤ ਵੱਡਾ ਸੀ।

ਘਰ ਵਿੱਚ ਪੰਜ ਸੌਣ ਵਾਲੇ ਕਮਰੇ ਸਨ। ਹਰ ਕਮਰੇ ਵਿੱਚ ਗੁਸਲਖ਼ਾਨਾ ਸੀ। ਘਰ ਵਿੱਚ ਏਅਰ-ਕੰਡੀਸ਼ਨ ਲੱਗੀ ਹੋਈ ਸੀ। ਜਲੰਧਰ ਅਸੀਂ ਦੋ ਦਿਨ ਆਰਾਮ ਕੀਤਾ ਅਤੇ ਜਲੰਧਰ ਸ਼ਹਿਰ ਦੇਖਿਆ।

ਇਸ ਤੋਂ ਬਾਅਦ ਮਾਮਾ ਜੀ ਸਾਨੂੰ ਸ੍ਰੀ ਹਰਿਮੰਦਰ ਸਾਹਿਬ ਲੈ ਕੇ ਗਏ ਸਨ। ਪਹਿਲਾਂ ਅਸੀਂ ਮੱਥਾ ਟੇਕਿਆ ਅਤੇ ਥੋੜ੍ਹੀ ਦੇਰ ਕੀਰਤਨ ਸੁਣਿਆ। ਸ੍ਰੀ ਹਰਿਮੰਦਰ ਸਾਹਿਬ ਦਾ ਨਜ਼ਾਰਾ ਦੇਖ ਕੇ ਦਿਲ ਨੂੰ ਬਹੁਤ ਖ਼ੁਸ਼ੀ ਅਤੇ ਸ਼ਾਂਤੀ ਮਿਲੀ ਸੀ। ਵੱਖਰੇ ਵੱਖਰੇ ਧਰਮਾਂ ਦੇ ਹਜ਼ਾਰਾਂ ਦੀ ਗਿਣਤੀ ਵਿੱਚ ਯਾਤਰੀਆਂ ਦੀ ਮੱਥਾ ਟੇਕਣ ਲਈ ਭੀੜ ਨੂੰ ਦੇਖ ਕੇ ਹੈਰਾਨੀ ਵੀ ਹੋਈ ਅਤੇ ਖ਼ੁਸ਼ੀ ਵੀ। ਹਰ ਰੋਜ਼ ਹਜ਼ਾਰਾਂ ਦੀ ਗਿਣਤੀ ਵਿੱਚ ਫ਼ਰੀ ਲੰਗਰ ਛਕਣ ਵਾਲੀ ਸੰਗਤ ਦੇਖ ਕੇ ਵੀ ਹੈਰਾਨੀ ਹੋਈ ਸੀ।

ਦੋ ਦਿਨ ਅੰਮ੍ਰਿਤਸਰ ਰਹਿ ਕੇ ਅਸੀਂ ਆਗਰੇ ਤਾਜ ਮਹੱਲ ਦੇਖਣ ਲਈ ਗਏ ਸੀ। ਉੱਥੇ ਬਹੁਤ ਜ਼ਿਆਦਾ ਗਰਮੀ ਸੀ। ਤਾਜ ਮਹੱਲ ਦੇ ਆਲੇ-ਦੁਆਲੇ ਦਾ ਫ਼ਰਸ਼ ਅੱਗ ਵਾਂਗ ਤਪ ਰਿਹਾ ਸੀ ਅਤੇ ਫ਼ਰਸ਼ 'ਤੇ ਨੰਗੇ ਪੈਰੀਂ ਚੱਲਣਾ ਬਹੁਤ ਮੁਸ਼ਕਲ ਸੀ। ਪਰ ਤਾਜ ਮਹੱਲ ਦੀ ਸੁੰਦਰਤਾ ਨੂੰ ਦੇਖ ਕੇ ਦਿਲ ਬਹੁਤ ਖ਼ੁਸ਼ ਹੋਇਆ ਸੀ।

ਆਗਰੇ ਅਸੀਂ ਇੱਕ ਹੋਟਲ ਵਿੱਚ ਠਹਿਰੇ ਸੀ। ਇੱਥੇ ਰਹਿਣਾ ਸਾਨੂੰ ਬਿਲਕੁਲ ਪਸੰਦ ਨਹੀਂ ਆਇਆ, ਕਿਉਂਕਿ ਹੋਟਲ ਬਹੁਤ ਗੰਦਾ ਸੀ। ਜੋ ਖਾਣਾ ਮਿਲਿਆ ਸੀ, ਸਾਨੂੰ ਚੰਗਾ ਨਹੀਂ ਲੱਗਿਆ, ਕਿਉਂਕਿ ਖਾਣਾ ਬਹੁਤ ਠੰਡਾ ਸੀ, ਦਾਲ ਬਹੁਤ ਕੌੜੀ ਸੀ ਅਤੇ ਬਿਲਕੁਲ ਸੁਆਦ ਨਹੀਂ ਸੀ, ਪਰ ਖੀਰ ਬਹੁਤ ਸੁਆਦ ਸੀ। ਖਾਣਾ ਭਾਵੇਂ ਸਸਤਾ ਸੀ, ਪਰ ਸਾਨੂੰ ਚੰਗਾ ਨਹੀਂ ਲੱਗਿਆ।

ਆਗਰੇ ਤੋਂ ਬਾਅਦ ਅਸੀਂ ਨੈਨੀਤਾਲ ਗਏ ਸੀ। ਨੈਨੀਤਾਲ ਦਾ ਮੌਸਮ ਬਹੁਤ ਠੰਡਾ ਸੀ, ਜੋ ਮੈਨੂੰ ਬਹੁਤ ਚੰਗਾ ਲੱਗਿਆ ਸੀ। ਨੈਨੀਤਾਲ ਦੀਆਂ ਪਹਾੜੀਆਂ ਦੇ ਦ੍ਰਿਸ਼ ਦੇਖਣ ਵਾਲੇ ਸਨ।

ਮੈਨੂੰ ਇੰਡੀਆ ਬਹੁਤ ਪਸੰਦ ਆਇਆ, ਕਿਉਂਕਿ ਮੈਨੂੰ ਪੰਜਾਬੀ ਬੋਲਣੀ ਆ ਗਈ ਸੀ। ਮੇਰੇ ਮਾਮਾ ਜੀ ਅਤੇ ਮਾਮੀ ਜੀ ਨੇ ਮੈਨੂੰ ਪੰਜਾਬੀ ਬੋਲਣ ਦੀ ਪ੍ਰੈਕਟਸ ਕਰਾਈ ਸੀ।

ਮੈਨੂੰ ਸਾਰੇ ਰਿਸ਼ਤੇਦਾਰਾਂ ਨੂੰ ਮਿਲਣ ਦਾ ਮੌਕਾ ਵੀ ਮਿਲਿਆ ਸੀ। ਇੰਡੀਆ ਇੰਗਲੈਂਡ ਨਾਲੋਂ ਬਹੁਤ ਸਸਤਾ ਹੈ। ਮੈਂ ਆਪਣੇ ਲਈ ਕਈ ਸੂਟ ਖ਼ਰੀਦੇ ਸੀ, ਕਿਉਂਕਿ ਸਸਤੇ ਸੀ।

ਮੈਨੂੰ ਇੰਡੀਆ ਦਾ ਟ੍ਰੈਫ਼ਿਕ ਸਿਸਟਮ ਪਸੰਦ ਨਹੀਂ ਆਇਆ। ਉੱਥੇ ਦੀਆਂ ਬੱਸਾਂ, ਗੱਡੀਆਂ ਅਤੇ ਰਿਕਸ਼ੇ ਦਾ ਸਫ਼ਰ ਮੈਨੂੰ ਚੰਗਾ ਨਹੀਂ ਲੱਗਿਆ। ਬੱਸਾਂ ਗੱਡੀਆਂ ਵਿੱਚ ਭੀੜ ਬਹੁਤ ਹੁੰਦੀ ਹੈ। ਉੱਥੇ ਦੀਆਂ ਸੜਕਾਂ ਵੀ ਉੱਚੀਆਂ-ਨੀਵੀਆਂ ਅਤੇ ਘੱਟ ਚੌੜੀਆਂ ਹਨ। ਹਰ ਵੇਲੇ ਸੱਟ ਲੱਗਣ ਦਾ ਡਰ ਰਹਿੰਦਾ ਸੀ।

ਮੈਨੂੰ ਇੰਡੀਆ ਵਿੱਚ ਰਹਿਣਾ ਬਹੁਤ ਚੰਗਾ ਲੱਗਿਆ ਸੀ। ਮੈਂ ਰਾਤ ਨੂੰ ਲੇਟ ਸੌਂਦੀ ਸੀ ਅਤੇ ਸਵੇਰ ਨੂੰ ਲੇਟ ਉੱਠਦੀ ਸੀ। ਕੋਈ ਫ਼ਿਕਰ ਨਹੀਂ ਹੁੰਦਾ ਸੀ। ਮੈਂ ਚਾਹੁੰਦੀ ਹਾਂ ਕਿ ਅਗਲੇ ਸਾਲ ਮੈਂ ਫੇਰ ਇੰਡੀਆ ਜਾਵਾਂ।

ਅਭਿਆਸ (Exercise)

Write the answers of the following questions in your note book :

1. **Which two statements are true ? Write the letters of the correct answers in the boxes.**

A	The flight did not stop at Delhi airport.
B	Aranpreet's cousin brother came to receive her.
C	Aranpreet was very impressed at the Golden Temple.
D	She did not like walking around the Taj Mahal as it was very hot.
E	No food is served at the Golden Temple.

☐　　☐

2. (a) Who did Aranpreet go with on holiday ?

A	Her parents
B	Her family
C	Her relatives

Write the letter of the correct answer in the box

(b) Aranpreet liked her seat because

A	it was near the window.
B	it has long leg space.
C	no body was sitting next to her.

Choose the correct answer to complete the sentence
and write the letter in the box

(c) How did Aranpreet feel when she got off the flight in Amritsar?

A	Very happy
B	Surprised
C	Very hot

Write the letter of the correct answer in the box

3. Answer the following questions in English :

1. Why did Aranpreet like her journey from Birmingham to Amritsar ? Give four reasons.

   ....

   ....

   ....

   ....

2. How did Aranpreet feel at Amritsar airport ?

   ....

3. What are Aranpreet's views about her uncle's house ? Give three details.

   ....

   ....

   ....

4. What extra-ordinary things did Aranpreet notice at Harimandar Sahib ? Give two details.

   ....

   ....

5. What difficulty did Aranpreet find at the Taj Mahal ?

   ....

6. How did Aranpreet compare her visit to Nanital with her visit to the Taj Mahal ? Give two details ?

   ....

   ....

4. ਹੇਠ ਲਿਖੇ ਪ੍ਰਸ਼ਨਾਂ ਦੇ ਉੱਤਰ ਪੰਜਾਬੀ ਵਿੱਚ ਲਿਖੋ :

1. ਅਰਨਪ੍ਰੀਤ ਨੇ ਆਪਣੇ ਮਾਮਾ ਜੀ ਤੋਂ ਕੀ ਅਤੇ ਕਿਸ ਤਰ੍ਹਾਂ ਸਿੱਖਿਆ ?

   ....

   ....

2. ਅਰਨਪ੍ਰੀਤ ਨੇ ਇੰਡੀਆ ਤੋਂ ਕੀ ਖ਼ਰੀਦਿਆ ਅਤੇ ਕਿਉਂ ?

   ....

   ....

3. ਅਰਨਪ੍ਰੀਤ ਦੀ ਇੰਡੀਆ ਦੀ ਟ੍ਰੈਫ਼ਿਕ ਸਿਸਟਮ ਬਾਰੇ ਕੀ ਰਾਏ ਹੈ ? ਤਿੰਨ ਗੱਲਾਂ ਲਿਖੋ।

   ....

   ....

   ....

4. ਅਰਨਪ੍ਰੀਤ ਨੂੰ ਇੰਡੀਆ ਵਿੱਚ ਰਹਿਣਾ ਕਿਸ ਤਰ੍ਹਾਂ ਲੱਗਾ ਅਤੇ ਕਿਉਂ ?

   ....

   ....

5. ਦੁਬਾਰਾ ਇੰਡੀਆ ਜਾਣ ਬਾਰੇ ਅਰਨਪ੍ਰੀਤ ਦੇ ਕੀ ਵਿਚਾਰ ਹਨ ?

   ....

   ....

5. Translate the following passage into Panjabi :

I like to go to India for holiday. My uncle, aunt and their family live there. They love me very much. They have a big house. I also have some friends there. I like to play with my friends in India.

6. Translate the following passage into English :

ਪਿਛਲੇ ਸਾਲ ਮੈਂ ਆਪਣੀ ਭੈਣ ਨਾਲ ਪੰਜਾਬ ਗਿਆ ਸੀ। ਅਸੀਂ ਗਰਮੀਆਂ ਦੀਆਂ ਛੁੱਟੀਆਂ ਵਿੱਚ ਗਏ ਸੀ। ਮੌਸਮ ਬਹੁਤ ਗਰਮ ਸੀ, ਪਰ ਸਵੇਰ ਅਤੇ ਸ਼ਾਮ ਨੂੰ ਮੌਸਮ ਸੋਹਣਾ ਹੁੰਦਾ ਸੀ। ਅਸੀਂ ਕਈ ਥਾਵਾਂ ਦੇਖੀਆਂ ਸੀ। ਅਸੀਂ ਜਲੰਧਰ ਬਹੁਤ ਪਸੰਦ ਕੀਤਾ। ਉੱਥੇ ਮੇਰੇ ਮਾਮਾ ਜੀ ਅਤੇ ਮਾਮੀ ਜੀ ਰਹਿੰਦੇ ਹਨ।

7. Answer the following questions in Panjabi :

ਹੇਠ ਲਿਖੇ ਪ੍ਰਸ਼ਨਾਂ ਦੇ ਉੱਤਰ ਪੰਜਾਬੀ ਵਿੱਚ ਲਿਖੋ :

ਆਗਰੇ ਦੇ ਹੋਟਲ ਦੇ ਰੈਸਟੋਰੈਂਟ ਵਿੱਚ ਖਾਣੇ ਬਾਰੇ ਅਰਨਪ੍ਰੀਤ ਨੇ ਆਪਣੇ ਬਲੌਗ ਵਿੱਚ ਲਿਖਿਆ ਹੈ।

1.	ਸਸਤਾ
2.	ਠੰਡਾ
3.	ਦਾਲ ਕੌੜੀ
4.	ਖੀਰ ਸੁਆਦ
5.	ਮਹਿੰਗਾ

ਸਹੀ ਨੰਬਰ ਖ਼ਾਨਿਆਂ ਵਿੱਚ ਲਿਖੋ :

ਚੰਗੀ ਗੱਲ	ਮਾੜੀ ਗੱਲ

8. ਲਿਖੋ :

ਠੀਕ (ਠ)

ਗ਼ਲਤ (ਗ਼)

ਪਤਾ ਨਹੀਂ (?)

ਉਦਾਹਰਣ

1.	ਅਰਨਪ੍ਰੀਤ ਦਸੰਬਰ ਵਿੱਚ ਇੰਡੀਆ ਗਈ ਸੀ।	ਗ਼
2.	ਜਹਾਜ਼ ਅੰਮ੍ਰਿਤਸਰ ਜਾਣ ਤੋਂ ਪਹਿਲਾਂ ਦਿੱਲੀ ਰੁਕਿਆ ਸੀ।	
3.	ਅਰਨਪ੍ਰੀਤ ਦੇ ਮਾਮਾ ਜੀ ਚੰਡੀਗੜ੍ਹ ਰਹਿੰਦੇ ਹਨ।	
4.	ਅਰਨਪ੍ਰੀਤ ਨੂੰ ਹਵਾਈ ਜਹਾਜ਼ ਦਾ ਟਿਕਟ ਮਹਿੰਗਾ ਮਿਲਿਆ ਸੀ।	
5.	ਅਰਨਪ੍ਰੀਤ ਨੂੰ ਇੰਡੀਆ ਚੰਗਾ ਲੱਗਿਆ ਸੀ।	
6.	ਉਸ ਨੂੰ ਇੰਡੀਆ ਵਿੱਚ ਸਫ਼ਰ ਕਰਨਾ ਚੰਗਾ ਨਹੀਂ ਲੱਗਿਆ।	

19

ਮੇਰਾ ਮਨਪਸੰਦ ਗੀਤਕਾਰ - ਗੁਰਦਾਸ ਮਾਨ

ਇਹ ਲੇਖ ਮਨਪ੍ਰੀਤ ਨੇ ਗੁਰਦਾਸ ਮਾਨ ਬਾਰੇ ਲਿਖਿਆ ਹੈ।

ਮੇਰਾ ਮਨਪਸੰਦ ਗੀਤਕਾਰ ਗੁਰਦਾਸ ਮਾਨ ਹੈ, ਜਿਹੜਾ ਕਿ ਆਪਣੇ ਗਾਣਿਆਂ ਕਾਰਨ ਸਾਰੀ ਦੁਨੀਆਂ ਵਿੱਚ ਪ੍ਰਸਿੱਧ ਹੈ। ਲਗਭਗ ਸਾਰੇ ਪੰਜਾਬੀ ਗੁਰਦਾਸ ਮਾਨ ਦੇ ਨਾਂ ਤੋਂ ਜਾਣੂ ਹਨ। ਦੁਨੀਆਂ ਦੇ ਉਹਨਾਂ ਸਾਰੇ ਦੇਸ਼ਾਂ ਵਿੱਚ ਗੁਰਦਾਸ ਮਾਨ ਨੇ ਗੀਤ-ਸੰਗੀਤ ਦੇ ਪ੍ਰੋਗਰਾਮ ਪੇਸ਼ ਕੀਤੇ ਹਨ, ਜਿੱਥੇ ਪੰਜਾਬੀਆਂ ਦੀ ਵਧੇਰੇ ਗਿਣਤੀ ਹੈ।

ਗੁਰਦਾਸ ਮਾਨ ਦਾ ਜਨਮ 4 ਜਨਵਰੀ 1957 ਨੂੰ ਪਿੰਡ ਗਿੱਦੜਬਾਹਾ, ਜ਼ਿਲ੍ਹਾ ਮੁਕਤਸਰ, ਪੰਜਾਬ ਵਿੱਚ ਹੋਇਆ ਸੀ। ਉਸ ਦੀ ਮਾਤਾ ਜੀ ਦਾ ਨਾਂ ਤੇਜ ਕੌਰ ਅਤੇ ਪਿਤਾ ਜੀ ਦਾ ਨਾਂ ਗੁਰਦੇਵ ਸਿੰਘ ਸੀ। ਉਸ ਨੇ ਮੁੱਢਲੀ ਪੜ੍ਹਾਈ ਮਲੋਟ ਵਿੱਚ ਪ੍ਰਾਪਤ ਕੀਤੀ ਅਤੇ ਉੱਚੀ ਪੜ੍ਹਾਈ ਨੈਸ਼ਨਲ ਸਪੋਰਟਸ ਕਾਲਜ ਪਟਿਆਲਾ ਤੋਂ ਕੀਤੀ। ਗੁਰਦਾਸ ਮਾਨ ਨੇ ਸਰੀਰਕ ਸਿੱਖਿਆ ਵਿਚ ਐਮ.ਏ. ਦੀ ਡਿਗਰੀ ਕੀਤੀ ਹੈ।

ਗੁਰਦਾਸ ਮਾਨ ਨੂੰ ਛੋਟੀ ਉਮਰ ਤੋਂ ਹੀ ਗੀਤ-ਸੰਗੀਤ ਵਿੱਚ ਬਹੁਤ ਸ਼ੌਕ ਸੀ। ਉਹ ਆਪਣੇ ਸਕੂਲ ਅਤੇ ਕਾਲਜ ਟਾਈਮ ਵਿੱਚ ਗਾਣੇ ਗਾਇਆ ਕਰਦਾ ਸੀ। ਉਹ ਪੰਜਾਬ ਦੀਆਂ ਦੂਜੀਆਂ ਯੂਨੀਵਰਸਿਟੀਆਂ ਦੇ ਗੀਤ-ਸੰਗੀਤ ਦੇ ਪ੍ਰੋਗਰਾਮਾਂ ਵਿੱਚ ਹਿੱਸਾ ਲੈਂਦਾ ਸੀ ਅਤੇ ਉਸ ਨੇ ਕਈ ਇਨਾਮ ਵੀ ਜਿੱਤੇ ਸਨ। ਗੁਰਦਾਸ ਮਾਨ ਖੇਡਾਂ ਵਿੱਚ ਵੀ ਵੱਧ-ਚੜ੍ਹ ਕੇ ਹਿੱਸਾ ਲੈਂਦਾ ਸੀ ਅਤੇ ਉਸ ਨੇ ਜੂਡੋ ਵਿੱਚ ਬਲੈਕ ਬੈਲਟ ਪ੍ਰਾਪਤ ਕੀਤੀ ਸੀ।

ਗੁਰਦਾਸ ਮਾਨ ਵਿਆਹਿਆ ਹੋਇਆ ਹੈ ਅਤੇ ਉਸ ਦੀ ਪਤਨੀ ਦਾ ਨਾਂ ਮਨਜੀਤ ਕੌਰ ਮਾਨ ਹੈ। ਉਹਨਾਂ ਦਾ ਇੱਕ ਪੁੱਤਰ ਹੈ, ਜਿਸ ਦਾ ਨਾਂ ਗੁਰਇਕਮ ਸਿੰਘ ਮਾਨ ਹੈ। ਉਸ ਦੀ ਪਤਨੀ ਦੀ ਇੱਕ ਫ਼ਿਲਮਾਂ ਬਣਾਉਣ ਦੀ ਕੰਪਨੀ ਹੈ, ਜੋ ਮੁੰਬਈ ਸ਼ਹਿਰ ਵਿੱਚ ਹੈ। ਕਾਲਜ ਦੀ ਪੜ੍ਹਾਈ ਖ਼ਤਮ ਕਰਨ ਤੋਂ ਬਾਅਦ ਗੁਰਦਾਸ ਮਾਨ ਨੇ ਥੋੜ੍ਹੀ ਦੇਰ ਪੰਜਾਬ ਇਲੈਕਟ੍ਰੀਸਿਟੀ ਬੋਰਡ ਵਿੱਚ ਨੌਕਰੀ ਵੀ ਕੀਤੀ ਸੀ।

ਗੁਰਦਾਸ ਮਾਨ ਵੱਖ ਵੱਖ ਤਿਉਹਾਰਾਂ ਦੇ ਮੌਕਿਆਂ 'ਤੇ ਸਟੇਜਾਂ 'ਤੇ ਗਾਉਂਦਾ ਹੁੰਦਾ ਸੀ ਅਤੇ ਕਈ ਡਰਾਮਿਆਂ ਵਿੱਚ ਵੀ ਐਕਟਿੰਗ ਕਰਦਾ ਹੁੰਦਾ ਸੀ। ਇੱਕ ਸ਼ੋਅ ਵਿੱਚ ਉਸ ਨੇ ਇੱਕ ਗਾਣਾ 'ਦਿਲ ਦਾ ਮਾਮਲਾ ਹੈ' ਗਾਇਆ ਸੀ। ਉਸ ਸ਼ੋਅ ਵਿੱਚ ਇੱਕ ਸੰਗੀਤ ਕੰਪਨੀ ਦਾ ਪ੍ਰਤਿਨਿੱਧ ਵੀ ਹਾਜ਼ਰ ਸੀ, ਜਿਸ ਨੂੰ ਇਹ ਗਾਣਾ ਬਹੁਤ ਪਸੰਦ ਆਇਆ। ਗੁਰਦਾਸ ਮਾਨ ਦਾ ਇਹ ਗਾਣਾ 'ਦਿਲ ਦਾ ਮਾਮਲਾ ਹੈ' 31 ਦਸੰਬਰ 1980 ਨੂੰ ਜਲੰਧਰ ਵਿੱਚ ਪਹਿਲੀ ਵਾਰ ਰੇਡੀਓ 'ਤੇ ਗਾਇਆ ਗਿਆ ਸੀ। ਇਹ ਗਾਣਾ ਲੋਕਾਂ ਨੇ ਬਹੁਤ ਪਸੰਦ ਕੀਤਾ ਸੀ। ਇਸ ਤੋਂ ਬਾਅਦ ਲੋਕੀਂ ਗੁਰਦਾਸ ਮਾਨ ਨੂੰ ਪਸੰਦ ਕਰਨ ਲੱਗ ਪਏ ਸਨ।

ਗੁਰਦਾਸ ਮਾਨ ਦੀ ਪਹਿਲੀ ਗਾਣਿਆਂ ਦੀ ਐਲਬਮ 'ਦਿਲ ਦਾ ਮਾਮਲਾ ਹੈ' 1983 ਵਿੱਚ ਨਿਕਲੀ ਸੀ। ਇਸ ਤੋਂ ਬਾਅਦ ਕਈ ਹੋਰ ਐਲਬਮਾਂ ਕੱਢੀਆਂ, ਜਿਵੇਂ ਕਿ

'ਮਾਮਲਾ ਗੜਬੜ ਹੈ', 'ਮਸਤੀ', 'ਖ਼ੈਰ ਤੇਰੀ ਜਾਨ ਦੀ', 'ਵਾਹ ਨੀ ਜਵਾਨੀਏ', 'ਚੁ.ਗਲੀਆਂ', 'ਮੁਹੱਬਤ ਜ਼ਿੰਦਾਬਾਦ', 'ਇਸ਼ਕ ਨਾ ਦੇਖੇ ਜਾਤ', 'ਯਾਰ ਮੇਰਾ ਪਿਆਰ', 'ਮਨਜੀਰੀ', 'ਹੀਰ'। ਗੁਰਦਾਸ ਮਾਨ ਨੇ ਲਗਭਗ 300 ਪੰਜਾਬੀ ਗਾਣੇ ਲਿਖੇ ਅਤੇ ਗਾਏ ਹਨ।

ਗੁਰਦਾਸ ਮਾਨ ਇੱਕ ਵਧੀਆ ਐਕਟਰ ਵੀ ਹੈ। ਉਸ ਨੇ ਕਈ ਫ਼ਿਲਮਾਂ ਵਿੱਚ ਕੰਮ ਕੀਤਾ ਹੈ, ਪਰ ਉਹ ਫ਼ਿਲਮਾਂ ਵਿੱਚ ਐਕਟਿੰਗ ਕਰਨ ਦੀ ਬਜਾਏ ਸਟੇਜਾਂ 'ਤੇ ਗਾਣੇ ਗਾਣਾ ਵਧੇਰੇ ਪਸੰਦ ਕਰਦਾ ਹੈ। ਉਸ ਨੇ ਪੰਜਾਬੀ ਵਿੱਚ ਗਾਣੇ ਗਾ ਕੇ ਪੰਜਾਬੀ ਬੋਲੀ ਅਤੇ ਪੰਜਾਬੀ ਸੱਭਿਅਤਾ ਦੀ ਤਰੱਕੀ ਲਈ ਕੇਵਲ ਭਾਰਤ ਵਿੱਚ ਹੀ ਨਹੀਂ, ਸਗੋਂ ਬਹੁਤ ਸਾਰੇ ਦੂਜੇ ਦੇਸ਼ਾਂ ਵਿੱਚ ਬਹੁਤ ਵੱਡਾ ਰੋਲ ਅਦਾ ਕੀਤਾ ਹੈ। ਇਸ ਕੰਮ ਲਈ ਗੁਰਦਾਸ ਮਾਨ ਵਧਾਈ ਦਾ ਪਾਤਰ ਹੈ।

ਮੈਂ ਗੁਰਦਾਸ ਮਾਨ ਨੂੰ ਇਸ ਲਈ ਪਸੰਦ ਕਰਦੀ ਹਾਂ, ਕਿਉਂਕਿ ਉਹ ਪੰਜਾਬੀ ਗਾਣੇ ਗਾਉਂਦਾ ਹੈ। ਉਸ ਦੇ ਗਾਣਿਆਂ ਵਿੱਚ ਕੋਈ ਗੰਦ-ਮੰਦ ਨਹੀਂ ਹੁੰਦਾ। ਉਸ ਦੇ ਹਰ ਗਾਣੇ ਤੋਂ ਕੋਈ ਨਾ ਕੋਈ ਸਿੱਖਿਆ ਮਿਲਦੀ ਹੈ। ਉਸ ਦੇ ਗਾਣਿਆਂ ਕਰਕੇ ਬੱਚਿਆਂ ਨੂੰ ਪੰਜਾਬੀ ਸਿੱਖਣ ਲਈ ਮਦਦ ਮਿਲਦੀ ਹੈ।

ਅਭਿਆਸ (Exercise)

Write the answers of the following questions in your note book :

1. Fill in the blanks :

ਖ਼ਾਲੀ ਥਾਵਾਂ ਭਰੋ :

1. ਗੁਰਦਾਸ ਮਾਨ ਆਪਣੇ................ਕਰਕੇ ਮਸ਼ਹੂਰ ਹੈ।
2. ਗੁਰਦਾਸ ਮਾਨ ਦਾ ਜਨਮ................ਵਿੱਚ ਹੋਇਆ ਸੀ।
3. ਗੁਰਦਾਸ ਮਾਨ ਦਾ ਛੋਟੀ ਉਮਰ ਤੋਂ ਹੀ................ਵਿੱਚ ਸ਼ੌਕ ਸੀ।
4. ਗੁਰਦਾਸ ਮਾਨ ਨੇ................ਵਿੱਚ ਬਲੈਕ ਬੈਲਟ ਹਾਸਲ ਕੀਤੀ ਸੀ।
5. ਉਸ ਦੀ ਪਤਨੀ................ਹੈ ਅਤੇ ਉਸ ਦੇ ਮੁੰਡੇ ਦਾ ਨਾਂ................ਹੈ।

2. Which two statements are true ? Write the letters of the correct statements in the boxes.

A	Gurdas Maan is a famous poet.
B	Gurdas Maan likes singing more than acting.
C	He studied in a college in Faridkot.
D	He gained a Masters degree in Physical Education.
E	He played hockey in school.

☐   ☐

3. Write five things about Gurdas Maan in Panjabi.

ਗੁਰਦਾਸ ਮਾਨ ਬਾਰੇ ਪੰਜ ਗੱਲਾਂ ਪੰਜਾਬੀ ਵਿੱਚ ਲਿਖੋ ।

....

....

....

....

....

4. Translate the first two paragraphs into English.

5. Translate the following passage into Panjabi :

Gurdas Maan is a very famous singer. Nearly all Panjabis like him because of his songs. He can sing songs for a long time. He is also a good actor. He is married. His wife's name is Manjit Kaur. He has a son whose name is Gurekam Singh.

6. ਹੇਠ ਲਿਖੇ ਪ੍ਰਸ਼ਨਾਂ ਦੇ ਉੱਤਰ ਪੰਜਾਬੀ ਵਿੱਚ ਲਿਖੋ :

1. ਗੁਰਦਾਸ ਮਾਨ ਕਦੋਂ ਅਤੇ ਕਿੱਥੇ ਪੈਦਾ ਹੋਇਆ ਸੀ ?

   ....

   ....

2. ਉਸ ਨੇ ਕਿਹੜੀ ਉੱਚ-ਵਿੱਦਿਆ ਪ੍ਰਾਪਤ ਕੀਤੀ ਅਤੇ ਕਿੱਥੋਂ ?

   ....

   ....

3. ਉਸ ਦਾ ਕਿਹੜਾ ਪਹਿਲਾ ਗਾਣਾ ਸੀ, ਜਿਸ ਨੇ ਉਸ ਨੂੰ ਪ੍ਰਸਿੱਧ ਬਣਾ ਦਿੱਤਾ ?

   ....

4. ਗੁਰਦਾਸ ਮਾਨ ਦੀ ਪਤਨੀ ਕੀ ਕੰਮ ਕਰਦੀ ਹੈ ?

   ....

5. ਪੜ੍ਹਾਈ ਖ਼ਤਮ ਕਰਨ ਤੋਂ ਬਾਅਦ ਗੁਰਦਾਸ ਮਾਨ ਨੇ ਕੀ ਨੌਕਰੀ ਕੀਤੀ ਸੀ ?

   ....

6. ਮਨਪ੍ਰੀਤ ਗੁਰਦਾਸ ਮਾਨ ਨੂੰ ਕਿਉਂ ਪਸੰਦ ਕਰਦੀ ਹੈ ? ਤਿੰਨ ਗੱਲਾਂ ਲਿਖੋ।

   ....

   ....

   ....

7. Translate the last two paragraphs into English.

20

ਇੱਕ ਦਿਲਚਸਪ ਸੁਫ਼ਨਾ

ਇੱਕ ਫ਼ਾਰਮ ਵਿੱਚ ਚਾਰ ਮੁੰਡੇ ਸਬਜ਼ੀਆਂ ਉਗਾਉਣ ਦਾ ਕੰਮ ਕਰਦੇ ਸਨ। ਉਹ ਆਪਸ ਵਿੱਚ ਗੂੜ੍ਹੇ ਮਿੱਤਰ ਬਣ ਗਏ ਸਨ ਅਤੇ ਉਹਨਾਂ ਨੇ ਇਕੱਠਿਆਂ ਨੇ ਇੱਕ ਮਕਾਨ ਕਿਰਾਏ 'ਤੇ ਲਿਆ ਹੋਇਆ ਸੀ। ਇਹਨਾਂ ਵਿੱਚੋਂ ਪੀਟਰ ਕ੍ਰਿਸਚੀਅਨ, ਇਮਰਾਨ ਮੁਸਲਮਾਨ, ਕ੍ਰਿਸ਼ਨ ਹਿੰਦੂ ਅਤੇ ਅਮਰੀਕ ਸਿੱਖ ਸੀ।

ਉਹ ਆਪਣਾ ਖਾਣਾ-ਪੀਣਾ ਇਕੱਠੇ ਤਿਆਰ ਕਰਦੇ ਸਨ ਅਤੇ ਇਕੱਠੇ ਬੈਠ ਕੇ ਹੀ ਖਾਂਦੇ ਸਨ। ਇੱਕ ਦਿਨ ਉਹਨਾਂ ਨੇ ਸਲਾਹ ਕੀਤੀ ਕਿ ਕੋਈ ਬਹੁਤ ਸੁਆਦ ਖਾਣਾ ਬਣਾਈਏ। ਚਾਰਾਂ ਜਣਿਆਂ ਨੇ ਖੀਰ ਬਣਾਉਣ ਦੀ ਸਲਾਹ ਬਣਾਈ। ਉਹਨਾਂ ਨੇ ਇਕੱਠੇ ਹੋ ਕੇ ਪਤੀਲੇ ਵਿੱਚ ਬਹੁਤ ਰੀਝ ਨਾਲ ਖੀਰ ਬਣਾਈ ਅਤੇ ਚਾਰ ਪਲੇਟਾਂ ਵਿੱਚ ਪਾ ਕੇ ਠੰਡੀ ਹੋਣ ਲਈ ਰੱਖ ਦਿੱਤੀ। ਜਿਹੜੀ ਖੀਰ ਬਾਕੀ ਬਚੀ, ਉਹ ਉਹਨਾਂ ਨੇ ਇੱਕ ਹੋਰ ਪਲੇਟ ਵਿੱਚ ਪਾ ਕੇ ਰੱਖ ਦਿੱਤੀ।

ਪੀਟਰ ਨੇ ਸਾਰਿਆਂ ਨੂੰ ਸਲਾਹ ਦਿੱਤੀ ਕਿ ਖੀਰ ਸਵੇਰ ਨੂੰ ਉੱਠ ਕੇ ਖਾਧੀ ਜਾਵੇ। ਸਵੇਰ ਤਕ ਖੀਰ ਠੰਡੀ ਵੀ ਹੋ ਜਾਵੇਗੀ ਅਤੇ ਬਹੁਤ ਸੁਆਦ ਲੱਗੇਗੀ। ਸਾਰੇ ਦੋਸਤ ਇਸ ਗੱਲ ਨੂੰ ਮੰਨ ਗਏ ਅਤੇ ਸਾਰਿਆਂ ਨੇ ਸਵੇਰ ਨੂੰ ਹੀ ਖੀਰ ਖਾਣ ਦਾ ਫ਼ੈਸਲਾ ਕੀਤਾ, ਪਰ ਅਮਰੀਕ ਜੋ ਪੰਜਾਬੀ ਸਿੰਘ ਸੀ, ਨੇ ਪੁੱਛਿਆ ਕਿ ਜੋ ਬਾਕੀ ਖੀਰ ਦੀ ਪਲੇਟ ਬਚਦੀ ਹੈ, ਉਸ ਨੂੰ ਕੌਣ ਖਾਏਗਾ ? ਫਿਰ ਉਸ ਨੇ ਆਪੇ ਹੀ ਕਹਿ ਦਿੱਤਾ ਕਿ ਜਿਸ ਦੋਸਤ ਨੂੰ ਸਭ ਨਾਲੋਂ ਵੱਧੀਆ ਸੁਫ਼ਨਾ ਰਾਤ ਨੂੰ ਆਵੇਗਾ, ਉਹ ਹੀ ਬਚਦੀ ਖੀਰ ਦੀ ਪਲੇਟ ਖਾ ਸਕਦਾ ਹੈ। ਸਾਰੇ ਦੋਸਤਾਂ ਨੇ ਅਮਰੀਕ ਦੀ ਇਹ ਗੱਲ ਮੰਨ ਲਈ।

ਦੂਜੇ ਦਿਨ ਚਾਰੇ ਦੋਸਤਾਂ ਨੇ ਇਕੱਠੇ ਬੈਠ ਕੇ ਆਪਣੇ ਆਪਣੇ ਸੁਫ਼ਨੇ ਇੱਕ ਦੂਜੇ ਨੂੰ ਦੱਸਣੇ ਸ਼ੁਰੂ ਕਰ ਦਿੱਤੇ। ਚਾਰੇ ਮੁੰਡੇ ਬੜੇ ਗੱਪੀ ਸਨ ਅਤੇ ਉਹਨਾਂ ਨੂੰ ਅਸਲ ਵਿੱਚ ਕੋਈ ਸੁਫ਼ਨਾ-ਸਫ਼ਨਾ ਨਹੀਂ ਆਇਆ ਸੀ, ਪਰ ਉਹਨਾਂ ਨੇ ਐਵੇਂ ਮਨਘੜਤ ਸੁਫ਼ਨੇ ਸੁਣਾਉਣੇ ਸ਼ੁਰੂ ਕੀਤੇ। ਸਭ ਤੋਂ ਪਹਿਲਾਂ ਪੀਟਰ ਨੇ ਆਪਣਾ ਸੁਫ਼ਨਾ ਸੁਣਾਉਣਾ ਸ਼ੁਰੂ

ਕੀਤਾ, "ਮੈਨੂੰ ਇੱਕ ਬਹੁਤ ਹੀ ਸੋਹਣਾ ਸੁਫ਼ਨਾ ਆਇਆ। ਮੈਂ ਸੁਫ਼ਨੇ ਵਿੱਚ ਜੀਸਿਸ ਕ੍ਰਾਈਸਟ ਨੂੰ ਮਿਲਿਆ। ਉਸ ਦੇ ਨਾਲ ਬਹੁਤ ਹੀ ਸੋਹਣੀਆਂ ਸੋਹਣੀਆਂ ਗੱਲਾਂ ਕੀਤੀਆਂ। ਮੇਰੇ ਕਹਿਣ 'ਤੇ ਉਸ ਨੇ ਮੇਰੀ ਬੀਮਾਰ ਭੈਣ ਨੂੰ, ਜੋ ਲੰਗੜੀ ਵੀ ਸੀ, ਬਿਲਕੁਲ ਠੀਕ ਕਰ ਦਿੱਤਾ।" ਸਾਰੇ ਦੋਸਤਾਂ ਨੇ ਕਿਹਾ ਕਿ ਬਹੁਤ ਸੋਹਣਾ ਸੁਫ਼ਨਾ ਸੀ।

ਇਸ ਤੋਂ ਬਾਅਦ ਹਿੰਦੂ ਮੁੰਡੇ ਕ੍ਰਿਸ਼ਨ ਨੇ ਆਪਣਾ ਸੁਫ਼ਨਾ ਦੱਸਣਾ ਸ਼ੁਰੂ ਕੀਤਾ। ਉਸ ਨੇ ਆਖਿਆ, "ਮੈਨੂੰ ਵੀ ਬਹੁਤ ਸੋਹਣਾ ਸੁਫ਼ਨਾ ਆਇਆ ਹੈ। ਸੁਫ਼ਨੇ ਵਿੱਚ ਮੈਨੂੰ ਦੇਵੀ ਮਾਂ ਦੇ ਦਰਸ਼ਨ ਹੋਏ। ਮੈਨੂੰ ਦੇਖ ਕੇ ਝੱਟ ਦੇਵੀ ਮਾਂ ਨੇ ਆਪਣੇ ਕਲਾਵੇ ਵਿੱਚ ਲੈ ਲਿਆ ਅਤੇ ਅਸ਼ੀਰਵਾਦ ਦਿੱਤੀ ਅਤੇ ਕਿਹਾ ਕਿ ਕਾਕਾ! ਤੂੰ ਬੜਾ ਖ਼ੁਸ਼-ਕਿਸਮਤ ਹੈਂ ਅਤੇ ਜਲਦੀ ਹੀ ਇੰਗਲੈਂਡ ਦਾ ਪ੍ਰਾਈਮ ਮਨਿਸਟਰ ਬਣੇਂਗਾ।" ਸਾਰੇ ਦੋਸਤ ਇਹ ਸੁਫ਼ਨਾ ਸੁਣ ਕੇ ਬੜੇ ਹੈਰਾਨ ਹੋਏ।

ਹੁਣ ਤੀਸਰੇ ਦੋਸਤ ਇਮਰਾਨ ਦੀ ਆਪਣਾ ਸੁਫ਼ਨਾ ਸੁਣਾਉਣ ਦੀ ਵਾਰੀ ਆਈ। ਉਸ ਨੇ ਆਖਿਆ, "ਅੱਲਾ ਹੂ ਅਕਬਰ! ਮੈਨੂੰ ਮੇਰੇ ਸੁਫ਼ਨੇ ਵਿੱਚ ਅੱਲਾ ਮਿਲਿਆ ਸੀ ਅਤੇ ਉਸ ਨੇ ਮੈਨੂੰ ਬਹੁਤ ਧਨ ਦਿੱਤਾ, ਰਹਿਣ ਲਈ ਸੋਨੇ ਦੀ ਕੋਠੀ, ਬਹੁਤ ਵੱਡੀ ਮਰਸੀਡੀ ਕਾਰ, ਹੈਲੀਕਾਪਟਰ, ਬਹੁਤ ਨੌਕਰ-ਚਾਕਰ ਅਤੇ ਚਾਰ ਪਰੀਆਂ ਵਰਗੀਆਂ ਪਤਨੀਆਂ। ਮੈਂ ਇੱਕ ਰਾਜੇ ਦੀ ਤਰ੍ਹਾਂ ਰਹਿ ਰਿਹਾ ਸੀ। ਕਿਆ ਸੁਫ਼ਨਾ।" ਸਾਰੇ ਦੋਸਤ ਬੜੀ ਹੈਰਾਨਗੀ ਦੇ ਨਾਲ ਦੇਖ ਰਹੇ ਸੀ ਅਤੇ ਮਹਿਸੂਸ ਕਰ ਰਹੇ ਸਨ ਕਿ ਇਸ ਨਾਲੋਂ ਚੰਗਾ ਸੁਫ਼ਨਾ ਹੋਰ ਕੀ ਆ ਸਕਦਾ ਹੈ।

ਹੁਣ ਅਖ਼ੀਰਲੇ ਸਿੱਖ ਮੁੰਡੇ ਅਮਰੀਕ ਦੀ ਵਾਰੀ ਆਈ। ਉਹ ਬਹੁਤ ਕੰਬ ਕੇ ਬੋਲਿਆ, "ਯਾਰੋ! ਮੈਨੂੰ ਇੱਕ ਬਹੁਤ ਹੀ ਡਰਾਉਣਾ ਸੁਫ਼ਨਾ ਆਇਆ। ਇੱਕ ਬਹੁਤ ਵੱਡਾ ਆਦਮ-ਬੋ, ਜੋ ਕਿ ਹਰੇ ਰੰਗ ਦਾ ਸੀ ਅਤੇ ਉਸ ਦੀਆਂ ਅੱਖਾਂ ਲਾਲ ਸੀ, ਉਹ ਪਹਾੜ ਜਿੱਡਾ ਉੱਚਾ ਅਤੇ ਉਸ ਦੀ ਆਵਾਜ਼ ਬਿਜਲੀ ਵਾਂਗ ਗਰਜਦੀ ਸੀ। ਉਸ ਨੇ ਦੋ ਤਿੱਖੀਆਂ ਤਿੱਖੀਆਂ ਕਿਰਪਾਨਾਂ ਆਪਣੇ ਦੋਹੀਂ ਹੱਥੀਂ ਫੜੀਆਂ ਹੋਈਆਂ ਸਨ।"

"ਫਿਰ ਕੀ ਉਸ ਨੇ ਕੀਤਾ ਯਾਰ", ਇੱਕ ਦੋਸਤ ਡਰ ਕੇ ਬੋਲਿਆ।

"ਫਿਰ ਉਸ ਨੇ ਆਪਣੀਆਂ ਕਿਰਪਾਨਾਂ ਘੁਮਾਈਆਂ", ਅਮਰੀਕ ਫਿਰ ਆਪਣਾ

ਸੁ.ਫਨਾ ਦੱਸਣ ਲੱਗ ਪਿਆ ਅਤੇ ਉਸ ਨੇ ਮੈਨੂੰ ਡਰੇ ਹੋਏ ਨੂੰ ਗੱਜ ਕੇ ਕਿਹਾ, "ਕਾਕਾ ! ਜੇ ਤੂੰ ਰਸੋਈ ਵਿੱਚ ਪਈ ਖੀਰ ਵਾਲੀ ਪਲੇਟ ਨਾ ਖਾਧੀ ਤਾਂ ਮੈਂ ਇਸ ਕਿਰਪਾਨ ਨਾਲ ਤੇਰੇ ਵੱਢ ਕੇ ਟੁਕੜੇ ਟੁਕੜੇ ਕਰ ਦੇਵਾਂਗਾ। ਮੈਂ ਉਸ ਆਦਮ-ਬੋ ਨੂੰ ਬਹੁਤ ਵਾਰੀ ਕਿਹਾ ਕਿ ਇਹ ਖੀਰ ਮੇਰੇ ਦੋਸਤਾਂ ਦੀ ਹੈ, ਪਰ ਉਸ ਨੇ ਮੇਰੀ ਇੱਕ ਨਾ ਮੰਨੀ ਅਤੇ ਮੈਨੂੰ ਰਾਤੀਂ ਉਸ ਨੇ ਜ਼ਬਰਦਸਤੀ ਉਹ ਖੀਰ ਵਾਲੀ ਪਲੇਟ ਖਵਾ ਦਿੱਤੀ।"

ਅਭਿਆਸ (Exercise)

Write the answers of the following questions in your note book :

1. ਹੇਠ ਲਿਖੇ ਪ੍ਰਸ਼ਨਾਂ ਦੇ ਉੱਤਰ ਪੰਜਾਬੀ ਵਿੱਚ ਲਿਖੋ :

1. ਚਾਰ ਮਿੱਤਰ ਕਿੱਥੇ ਅਤੇ ਕੀ ਕੰਮ ਕਰਦੇ ਸਨ ?
2. ਉਹਨਾਂ ਦੇ ਕੀ ਨਾਂ ਸਨ ਅਤੇ ਉਹ ਕਿਹੜੇ ਕਿਹੜੇ ਧਰਮ ਦੇ ਸਨ ?
3. ਉਹ ਚਾਰ ਮੁੰਡੇ ਤੁਹਾਡੇ ਖ਼ਿਆਲ ਵਿੱਚ ਕਿਸ ਤਰ੍ਹਾਂ ਦੇ ਸਨ ?
4. ਉਹਨਾਂ ਨੇ ਖੀਰ ਖਾਣ ਬਾਰੇ ਕੀ ਸੋਚਿਆ ?
5. ਚੌਹਾਂ ਦੋਸਤਾਂ ਨੂੰ ਕੀ ਕੀ ਸੁਫ਼ਨਾ ਆਇਆ ?
6. ਤੁਹਾਨੂੰ ਕਿਸ ਦਾ ਸੁਫ਼ਨਾ ਸਭ ਤੋਂ ਵੱਧ ਪਸੰਦ ਆਇਆ ਅਤੇ ਕਿਉਂ ?

2. ਵਾਕਾਂ ਨੂੰ ਪੜ੍ਹੋ ਤੇ ਲਿਖੋ :

ਠੀਕ (ਠ)
ਗ਼ਲਤ (ਗ਼)
ਪਤਾ ਨਹੀਂ (?)

ਉਦਾਹਰਨ

1.	ਕ੍ਰਿਸ਼ਨ ਹਿੰਦੂ ਸੀ।	ਠ
2.	ਚਾਰੇ ਦੋਸਤ ਆਪਣਾ ਖਾਣਾ ਜੁਦਾ ਜੁਦਾ ਬਣਾਉਂਦੇ ਸਨ।	
3.	ਇੱਕ ਦਿਨ ਉਹਨਾਂ ਨੇ ਸਾਗ ਬਣਾਇਆ।	
4.	ਪੀਟਰ ਨੂੰ ਸੁਫ਼ਨੇ ਵਿੱਚ ਜੀਸਸ ਕ੍ਰਾਈਸਟ ਮਿਲਿਆ ਸੀ।	
5.	ਖੀਰ ਵਾਲੀ ਪਲੇਟ ਅਮਰੀਕ ਨੇ ਖਾਧੀ ਸੀ।	

3. ਜੇ ਤੁਹਾਨੂੰ ਕੋਈ ਸੁਫ਼ਨਾ ਆਇਆ ਹੈ ਤਾਂ ਉਸ ਨੂੰ ਆਪਣੇ ਮਿੱਤਰ/ਸਹੇਲੀ ਨੂੰ ਸੁਣਾਓ।

4. ਜੇ ਤੁਹਾਨੂੰ ਕੋਈ ਸੁਫ਼ਨਾ ਆਇਆ ਹੈ ਤਾਂ ਉਸ ਨੂੰ ਆਪਣੀ ਕਾਪੀ ਵਿੱਚ ਲਿਖੋ।

5. ਹੇਠ ਲਿਖੇ ਸ਼ਬਦਾਂ ਨੂੰ ਆਪਣੇ ਵਾਕਾਂ ਵਿੱਚ ਲਿਖੋ :

ਦਿਲਚਸਪ, ਸੁਆਦ, ਗੱਪੀ, ਮਨਘੜਤ, ਅਸ਼ੀਰਵਾਦ, ਖ਼ੁਸ਼ਕਿਸਮਤ, ਗੂੜ੍ਹਾ, ਗਰਜਨਾ।

6. **ਹੇਠ ਦਿੱਤੀ ਵਾਰਤਾ ਨੂੰ ਇਸ ਦੇ ਹੇਠਾਂ ਵਾਲੀ ਲਿਸਟ ਵਿੱਚੋਂ ਸ਼ਬਦਾਂ ਨਾਲ ਪੂਰਾ ਕਰੋ।**

(ਉਦਾਹਰਣ)

ਚਾਰ ਮੁੰਡੇ ਗੂੜ੍ਹੇ [4] ਸਨ। ਉਹ [____] ਉਗਾਉਣ ਦਾ ਕੰਮ ਕਰਦੇ ਸਨ। ਉਹ ਇਕੱਠੇ ਇੱਕ ਕਿਰਾਏ ਦੇ [____] ਵਿੱਚ ਰਹਿੰਦੇ ਸਨ। ਉਹ ਆਪਣਾ [____] ਵੀ ਇਕੱਠੇ ਹੀ ਕਰਦੇ ਸਨ। ਚਾਰੇ ਮੁੰਡੇ ਬੜੇ [____] ਸਨ। ਇੱਕ ਦਿਨ ਉਹਨਾਂ ਨੇ ਖਾਣ ਲਈ [____] ਬਣਾਈ। ਚਾਰੇ ਮੁੰਡੇ ਵੱਖ ਵੱਖ [____] ਦੇ ਸਨ। ਇੱਕ ਦਿਨ ਉਹਨਾਂ ਨੇ ਇੱਕ ਦੂਜੇ ਨੂੰ ਮਨਘੜਤ [____] ਸੁਣਾਏ।

ਸਹੀ ਸ਼ਬਦਾਂ ਦੇ ਸਾਹਮਣੇ ਵਾਲਾ ਨੰਬਰ ਖ਼ਾਨੇ ਵਿੱਚ ਲਿਖੋ :

1.	ਗੱਪੀ	6.	ਖੀਰ
2.	ਧਰਮਾਂ	7.	ਸਬਜ਼ੀਆਂ
3.	ਮਕਾਨ	8.	ਸੁਫ਼ਨੇ
4.	ਮਿੱਤਰ	9.	ਖਾਣਾ-ਪੀਣਾ
5.	ਸੁਆਦ		

7. **Answer the following questions in English :**

1. Where were the four friends working and how did they live ?
2. What were their names and what religion did each one of them belong to ?
3. In your opinion what type of boys were they ?
4. What did they think about eating the pudding ?
5. Describe the dream of each one of them.
6. Whose dream did you like most and why ?

8. **Translate the first two paragraphs into English.**

Vocabulary

1. ਮੇਰੀ ਸਹੇਲੀ ਜਸਵੀਰ

Panjabi	*English*	*Panjabi*	*English*
ਮੇਰੀ	my	ਉਮਰ	age
ਸਹੇਲੀ	female friend	ਖੇਡਣਾ	play
ਕੁੜੀ	girl	ਪਸੰਦ	like
ਕੱਦ	height	ਹਰ ਰੋਜ਼	everyday
ਜਨਮ	birth	ਸ਼ਾਮ	evening
ਪੜ੍ਹਦੀ/ਪੜ੍ਹਦਾ	study	ਘੰਟਾ	hour
ਭੈਣ	sister	ਪਿਆਰ	love
ਦਿਲਚਸਪੀ	interest	ਬੱਚੇ	children
ਵੱਡਾ/ਵੱਡੀ	elder	ਕਿਉਂਕਿ	because
ਔਖਾ/ਔਖੀ	hard		

2. ਮੇਰਾ ਮਿੱਤਰ ਰਸਵੀਰ

ਮਿੱਤਰ	friend	ਵਾਪਸ ਆ ਕੇ	after coming back
ਚੰਗਾ/ਚੰਗੀ	good	ਖੇਡਦਾ ਹੈ	plays
ਮੁੰਡਾ	boy	ਲੜਾਈ	fight
ਸਦਾ	always	ਲੰਮਾ	long
ਕਹਿਣਾ ਮੰਨਦਾ ਹੈ	obeys	ਸਰੀਰ	body
ਪੜ੍ਹਾਈ	education	ਪਤਲਾ	slim
ਹੁਸ਼ਿਆਰ	clever	ਭਾਰ	weight
ਖੇਡਾਂ	games	ਨੀਲੀਆਂ	blue
ਕਦੇ	never	ਸੱਚ	truth
ਗ਼ੈਰ-ਹਾਜ਼ਰ	absent	ਸਹਾਇਤਾ	help

3. ਸਾਡੇ ਘਰ ਦੀ ਰਸੋਈ

ਸਾਡੇ	our	ਕਪੜੇ ਧੋਣ ਵਾਲੀ ਮਸ਼ੀਨ	washing machine
ਰਸੋਈ	kitchen	ਭਾਂਡੇ ਧੋਣ ਵਾਲੀ ਮਸ਼ੀਨ	dish washer
ਵੱਡਾ/ਵੱਡੀ	big	ਸਾਫ਼ ਸੁਥਰਾ	neat and clean

Panjabi	English	Panjabi	English
ਸਾਰੀਆਂ	all	ਗੁਜ਼ਾਰਦੀ ਹੈ	spends
ਚੀਜ਼ਾਂ	things	ਖ਼ਰੀਦਣ	to buy
ਕੀਮਤੀ	costly	ਬਜ਼ਾਰ	market
ਫ਼ਰਸ਼	floor	ਘੱਟ ਤੋਂ ਘੱਟ	at least
ਲਿਸ਼ਕਾਂ ਮਾਰਦਾ/ਮਾਰਦੀ	shines	ਬਹੁਤਾ ਸਮਾਂ	lot of time
ਸੋਹਣਾ	beautiful	ਸਾਫ਼ ਕਰਦੀ ਹੈ	cleans
ਖਾਣ-ਪੀਣ ਦੀਆਂ ਚੀਜ਼ਾਂ	eatable things	ਸਾਫ਼ ਕਰਨਾ	clean
ਜੂਠੇ	dirty	ਭਾਂਡੇ	utencils

4. ਕਮਲਦੀਪ ਬਜ਼ਾਰ ਗਈ

ਧੱਕੀ	pushing	ਪਹੁੰਚ ਗਈ	reached
ਸੁੱਤਾ	sleeping	ਮਿਲਦਾ ਹੈ	meets
ਬੰਨ੍ਹਿਆ ਹੋਇਆ	tied	ਫਲਾਂ ਦੀ ਦੁਕਾਨ	fruit shop
ਬਾਹਰ ਜਾਣਾ	going outside	ਸੰਗਤਰੇ	oranges
ਜਦੋਂ ਵੀ	whenever	ਕੇਲੇ	bananas
ਪਤੀ	husband	ਤੁਰ ਕੇ	walk
ਕੰਮ ਕਰਦਾ ਹੈ	works	ਕਸਰਤ	exercise
ਦੇਖ-ਭਾਲ	look after	ਅੰਗੂਰ	grapes
ਘਰ ਦਾ ਕੰਮ	house hold job	ਖਰਬੂਜ਼ੇ	melons
ਖ਼ਰੀਦਣਾ	to buy	ਸੇਬ	apples
ਦੁਕਾਨਾਂ	shops	ਖ਼ੁਸ਼	happy
ਸਜਾ ਕੇ ਰੱਖੇ ਹਨ	arranged in good order	ਕੋਈ ਦੂਰ ਨਹੀਂ	not very far

5. ਲਾਲਚੀ ਕੁੱਤਾ

ਲਾਲਚੀ	greedy	ਸੀ	was
ਭੁੱਖਾ	hungry	ਇੱਧਰ	here
ਉੱਧਰ	there	ਭੋਜਨ	food
ਲਈ	for	ਗਿਆ	went
ਪਰ	but	ਕੁੱਝ ਵੀ ਨਾ	nothing
ਮਿਲਿਆ	found	ਦੁਕਾਨ	shop
ਪਹੁੰਚਿਆ/ਪੁੱਜਿਆ	reached	ਉੱਥੇ	there
ਮਾਸ	meat	ਟੁਕੜਾ	piece

Panjabi	English	Panjabi	English
ਚੋਰੀ ਕਰਨਾ	steal	ਦੌੜ ਗਿਆ	ran away
ਇਕੱਲੀ	lonely	ਥਾਂ	place
ਖਾਣ	eat	ਚਾਹੁੰਦਾ ਸੀ	wanted
ਰਸਤੇ ਵਿੱਚ	on the way	ਦਰਿਆ	river
ਪੁਲ	bridge	ਪਾਣੀ	water
ਪਰਛਾਵਾਂ	reflection	ਦੇਖਿਆ	saw
ਇੱਕ ਹੋਰ	another	ਨਜ਼ਰ ਆਇਆ	saw
ਭੌਂਕਣਾ	bark	ਸ਼ੁਰੂ ਕੀਤਾ	started
ਡਿੱਗ ਗਿਆ	fell	ਉਦਾਸ	sad
ਗ਼ਲਤੀ	mistake	ਸਿੱਖਿਆ	lesson/learnt
ਪਛਤਾਇਆ	repented		

6. ਗੁਰਦਵਾਰਾ : ਸਿੱਖਾਂ ਦਾ ਧਾਰਮਿਕ ਅਸਥਾਨ

ਸਾਹਮਣੇ	in front of	ਵੱਡੀ	big
ਇਮਾਰਤ	building	ਤੈਨੂੰ	to you
ਧਾਰਮਿਕ	religious	ਅਸਥਾਨ	place
ਲੋਕ	people	ਕਿਤਾਬ	book
ਪਾਠ	reading of the religious book	ਕੀਰਤਨ	singing of religious hymns
ਗੁਰੂ ਗ੍ਰੰਥ ਸਾਹਿਬ	religious book of Sikhs	ਸਨਮਾਨ	respect
ਸਲੋਕ	verses from Guru Granth Sahib	ਪੜ੍ਹਨ	read
ਪਾਠੀ	the person who reads Guru Granth Sahib	ਕਹਿੰਦੇ ਹਨ	called
ਸਾਫ਼ ਸੁਥਰੇ	neat and clean	ਹੱਥ	hands
ਰੋਕਿਆ ਨਹੀਂ ਜਾਂਦਾ	not forbidden	ਮੂੰਹ	face/mouth
ਇਸਤਰੀ	woman	ਧੋਂਦਾ	washes
ਧਰਮ	religion	ਪਾਉਣੇ ਪੈਂਦੇ ਹਨ	has to wear
ਰੰਗ	colour	ਹਰ	every
ਗੱਲਾਂ	things	ਪੁਰਸ਼	man
ਧਿਆਨ	care	ਪਾਰਟੀ	party

Panjabi	*English*	*Panjabi*	*English*
ਹੇਠ	below	ਅੰਦਰ	inside
ਸਿਰ	head	ਖ਼ਾਸ	special
ਰੁਮਾਲ	handkerchief	ਪਹਿਲਾਂ	before
ਚੁੰਨੀ	ladies head-cover	ਲਿਖਿਆ	written
ਤੰਬਾਕੂ	tobacco	ਢੱਕ	cover
ਜੁੱਤੀ	shoes	ਪੱਗੜੀ	turban
ਜਾਂ	or	ਬੰਨ੍ਹੀ	tied
ਮੱਥਾ ਟੇਕਣਾ	bow	ਠੀਕ ਹੈ	all right
ਵੈਸੇ	otherwise	ਸਿਗਰਟਾਂ	cigarettes
ਜਾਣਕਾਰੀ	knowledge	ਖੋਲ੍ਹ ਕੇ	take off
ਧੰਨਵਾਦੀ	thankful	ਸ਼ਰਾਬ	liquor
ਨਿਯਮ	rules	ਕਿਤੇ ਵੀ	anywhere
ਸਿੱਖਿਆ	learnt	ਰਿਵਾਜ	custom
ਜਲਦੀ	quickly		

7. ਡਾਕੀਆ

ਡਾਕੀਆ	postman	ਦਿਨ	day
ਸਵੇਰੇ	morning	ਤਸਵੀਰ	picture
ਉੱਠਣਾ ਪੈਂਦਾ ਹੈ	has to get up	ਬਹੁਤ ਛੇਤੀ	very early
ਔਖਾ	hard	ਕੰਮ	work
ਚਿੱਠੀਆਂ	letters	ਤੋਹਫ਼ੇ	presents
ਲਿਆ ਕੇ ਦੇਣਾ	bring	ਵੱਡਿਆਂ	big
ਸ਼ਹਿਰਾਂ	cities	ਵਾਸਤੇ	for
ਵੰਡਣਾ	distribute	ਸੜਕ	road
ਕਿਸ	which	ਸਭ ਤੋਂ ਪਹਿਲਾਂ	first of all
ਵੱਡੇ	big	ਫੇਰ	then
ਅਨੁਸਾਰ	according to	ਛਾਂਟਦਾ ਹੈ	sorts out
ਦਰਵਾਜ਼ਾ	door	ਮੋਰੀ	hole
ਵਿੱਚੋਂ	through	ਸੁੱਟ ਦਿੰਦਾ ਹੈ	throws
ਨੌਕਰੀ	service/job	ਮੀਂਹ	rain
ਵੰਡਣਾ	deliver	ਭਰਿਆ ਹੋਇਆ	full
ਚੁੱਕਣਾ	carry	ਮੋਢੇ	shoulders
ਥੱਕ ਜਾਣਾ	to get tired	ਛੁੱਟੀਆਂ	holidays

Panjabi	*English*	*Panjabi*	*English*
ਰਿਸ਼ਤੇਦਾਰ	relatives	ਮਿੱਤਰ	friends
ਘਰਦੇ	members of the family	ਲਾਭਦਾਇਕ	useful
ਕੇਵਲ	only	ਐਤਵਾਰ	sunday
ਹਫ਼ਤਾ	week	ਭੇਜਦੇ ਹਨ	send

8. ਸਰੀਰ ਦੇ ਅੰਗ

ਸਰੀਰ	body	ਦਾ/ਦੇ	of
ਅੰਗ	parts	ਸਾਡਾ	our
ਮਿਲਾ ਕੇ ਬਣਿਆ ਹੈ	is made of	ਕਈ	several
ਸਿਰ	head	ਜਿਵੇਂ ਕਿ	e.g.
ਅੱਖਾਂ	eyes	ਮੂੰਹ	mouth
ਕੰਨ	ear	ਨੱਕ	nose
ਬਾਹਾਂ	arms	ਗਰਦਨ	neck
ਲੱਤਾਂ	legs	ਪੇਟ	stomach
ਪੈਰ	feet	ਹੱਥ	hands
ਆਦਿ	etc.	ਜੀਭ	tongue
ਕੰਮ	function/work	ਹਰ	every
ਅਸੀਂ	we	ਆਪਣਾ ਆਪਣਾ	own
ਦੇਖਦਾ ਹਾਂ	see	ਆਪਣੀਆਂ	our
ਕਰਦੇ ਹਾਂ	do	ਪ੍ਰਕਾਰ	kinds
ਤੁਰਨ ਫਿਰਨ	walk	ਖਾਂਦੇ	eat
ਸੁੰਘਦੇ	smell	ਸੁਣਦੇ ਹਾਂ	hear
ਚੱਖਦੇ ਹਾਂ/ਸੁਆਦ ਲੈਣਾ	taste	ਦਿਮਾਗ਼	brain
ਸੋਚਦੇ ਹਾਂ	think	ਲਈ	for
ਇਹ	this	ਬਹੁਤ	very
ਜ਼ਰੂਰੀ	important	ਇਸ ਦਾ	its/his/her
ਹਰ ਇੱਕ	everyone	ਕੰਮ ਕਰੇ	work
ਠੀਕ ਤਰ੍ਹਾਂ	properly	ਸਾਰਿਆਂ	all
ਜੇ	if	ਕੋਈ	any one
ਵਿੱਚੋਂ	from	ਹਟ ਜਾਵੇ	stop
ਚੰਗੀ ਤਰ੍ਹਾਂ	properly	ਅਯੋਗ	unable
ਤਾਂ	then	ਇਸ ਲਈ	therefore

Panjabi	*English*	*Panjabi*	*English*
ਗੋਡੇ	knees	ਦੇਖ-ਭਾਲ	look after
ਪੂਰੀ ਪੂਰੀ	full	ਬਹੁਤ ਜ਼ਰੂਰੀ	very important
ਸਫ਼ਾਈ	cleanliness	ਤੋਂ	from
ਤਾਂ ਕਿ	so that	ਕਸਰਤ ਕਰਨ ਨਾਲ	with exercise
ਬੀਮਾਰੀਆਂ	diseases	ਬਚਾਇਆ ਜਾ ਸਕੇ	could be saved

9. ਸ਼ੇਰ ਅਤੇ ਚੂਹੀ

ਸ਼ੇਰ	lion	ਚੂਹੀ	mouse
ਜੰਗਲ	forest	ਦਰੱਖ਼ਤ	tree
ਠੰਡੀ	cool	ਛਾਂ	shade
ਸੁੱਤਾ ਪਿਆ ਸੀ	was sleeping	ਲਾਗੇ ਹੀ	nearby
ਬਾਹਰ ਨਿਕਲੀ	came out	ਸ਼ਰਾਰਤ	mischief
ਸੁੱਝੀ	thought	ਝੱਟ	at once
ਜਾਗ ਆ ਗਈ	woke up	ਕੁੱਝ ਨਾ ਕਿਹਾ	did not say anything
ਖੁੱਡ	den		
ਮਸਤੀ ਹੋਈ ਨਾ ਹਟੀ	did not stop	ਪੰਜੇ	paw
ਗ਼ੁੱਸਾ	anger	ਗ਼ਲਤੀ	mistake
ਘੁੱਟ ਕੇ ਮਰਨਾ	squeeze to kill	ਬਾਦਸ਼ਾਹ	king
ਅਹਿਸਾਸ	felt	ਭੁੱਲ	mistake
ਰੋਣ ਲੱਗ ਪਈ	began to cry	ਮੁਆਫ਼ ਕਰਨਾ	excuse
ਇਸ ਵਾਰੀ	this time	ਧੰਨਵਾਦ ਕੀਤਾ	thanked
ਤਰਸ ਆ ਗਿਆ	took pity on	ਮੌਕਾ	chance
ਦਿਲ	heart	ਸ਼ਿਕਾਰੀ	hunter
ਰਹਿਮਦਿਲੀ	kindness	ਪਿੱਛੋਂ	after
ਬਦਲਾ ਚੁਕਾਉਣਾ	to pay back	ਫਸ ਗਿਆ	caught
ਜਾਲ	net	ਦਹਾੜਨਾ	roar
ਛੁਡਾਣ ਲਈ	to get free	ਆਵਾਜ਼	voice
ਕੋਸ਼ਿਸ਼ ਕੀਤੀ	tried	ਪਰਿਵਾਰ	family
ਪਛਾਣ ਲਿਆ	recognised	ਸਮੇਤ	with
ਇਕੱਠਾ ਕੀਤਾ	collected	ਦੰਦ	teeth
ਤਿੱਖੇ	sharp	ਬਚਾਇਆ	saved

10. ਕੁਲਬੀਰ ਅਤੇ ਉਸ ਦਾ ਭਰਾ ਸੰਦੀਸ਼

ਚੰਗੀ	good	ਇਸ ਲਈ	therefore

Panjabi	*English*	*Panjabi*	*English*
ਹਰ ਰੋਜ਼	everyday	ਬਿਨਾਂ	without
ਸਾਢੇ ਛੇ	half past six	ਰਾਤ	night
ਸੁੱਤੀ ਉੱਠਦੀ	gets up	ਸਾਢੇ ਸੱਤ	half past seven
ਪੌਣੇ ਸੱਤ	quarter to seven	ਸਵੇਰੇ	morning
ਧੋ ਲੈਂਦੀ ਹੈ	washes	ਹੀ	yet
ਫੇਰ	then	ਨਾਲ	with
ਨਾਸ਼ਤਾ	breakfast	ਸੌਂ ਜਾਂਦਾ ਹੈ	sleeps
ਸੱਤ ਵਜੇ	seven o'clock	ਅਤੇ	and
ਪੜ੍ਹਾਈ	study	ਇਕੱਲੀ	alone
ਉਮਰ	age	ਛੋਟਾ	younger
ਚੌਦਾਂ	fourteen	ਭਰਾ	brother
ਸਾਲ	years	ਜਗਾਉਂਦੀ ਹੈ	wakes up
ਬਹੁਤ ਕੰਮ ਕਰਨਾ ਪੈਂਦਾ ਹੈ	has to work very hard	ਸਵਾ ਨੌਂ	quarter past nine
ਕਿਉਂਕਿ	because	ਕੰਮ ਕਰਦੇ ਹਨ	work
ਬਾਅਦ	after	ਜਾਣ ਤੋਂ ਪਹਿਲਾਂ	before leaving
ਨੌਕਰੀ	job	ਰੱਖੇ ਜਾਂਦੇ ਹਨ	keep
ਪਤਾ ਹੈ	knows	ਦੋਨੋਂ	both
ਅੱਜ-ਕੱਲ੍ਹ	these days	ਘਰ ਤੋਂ	from home
ਬੀਮਾਰ	sick	ਖਾਂਦੇ ਹਨ	eat
ਸਹਾਇਤਾ	help	ਪੈਦਲ	on foot
ਅਨੁਸਾਰ	according to	ਉਚੇਰੀ	higher
ਛੱਡਣਾ	leaving	ਵਿੱਦਿਆ	education
ਆਪਣਾ ਕੰਮ	own work	ਖ਼ਿਆਲ	thought
ਪੈਦਲ	on foot		

11. ਗੁਰਮੀਆਂ ਦੀ ਰੁੱਤ

ਗਰਮੀਆਂ	summer	ਰੁੱਤ	season
ਸਰਦੀ	winter	ਬੱਚੇ	children
ਪਤਝੜ	autumn	ਬਹਾਰ	spring
ਖ਼ੁਸ਼ਕ	dry	ਬਾਹਰ ਰਹਿਣਾ	stay outside
ਤੋਂ	from	ਭੁੱਲ ਜਾਣਾ	forget
ਖਾਣ-ਪੀਣ	eating	ਮਸਤ	busy/happy/ carefree

Panjabi	English	Panjabi	English
ਸਮਾਂ	time	ਲੋਕ	people
ਖੇਡਾਂ	games	ਗੱਲਾਂ ਕਰਨਾ	talk
ਸਿਆਣੇ	old ones	ਅਖ਼ਬਾਰਾਂ	newspapers
ਇੱਕ ਦੂਜੇ ਨਾਲ	with one another	ਸੁਣਾਉਂਦੇ ਹਨ	tell
ਖ਼ਬਰਾਂ	news	ਮਖ਼ੌਲ ਕਰਨਾ	joke
ਔਕੜਾਂ	difficulties	ਬਿਲਕੁਲ	at all
ਤਾਸ਼ ਖੇਡਣਾ	play cards	ਗਰਮੀ	hot
ਬੰਦ	shut	ਸਾਹਮਣੇ	in front of
ਸਾਡੇ	our	ਵੈਨ ਵਾਲਾ	van owner
ਖੜ੍ਹ ਗਈ	stopped	ਵਜਾਉਣੀਆਂ ਸ਼ੁਰੂ ਕੀਤੀਆਂ	began to ring
ਘੰਟੀਆਂ	bells	ਭੱਜਣ ਲੱਗੇ	began to run
ਆਵਾਜ਼ ਸੁਣ ਕੇ	having heard	ਦੌੜੇ	ran
ਵਿਚਾਲੇ ਛੱਡ ਕੇ	left in the middle	ਆਂਢ-ਗੁਆਂਢ	neighbours

12. ਚੂਹਿਆਂ ਦੀ ਮੀਟਿੰਗ

ਚੂਹੇ	mice	ਪਿੰਡ	village
ਰਹਿੰਦੇ ਸੀ	lived	ਉੱਥੇ	there
ਬਿੱਲੀ	cat	ਹਰ ਰੋਜ਼	everyday
ਤੰਗ	fed up	ਉਹਨਾਂ ਦੀ	their
ਘਟਦੀ	getting less	ਗਿਣਤੀ	number
ਗੱਲਾਂ ਕਰਨਾ	talk	ਸੋਚਣਾ	think
ਕੁਝ	some	ਸਿਆਣੇ	wise
ਸਿੱਟਾ	conclusion	ਮੀਟਿੰਗ ਬੁਲਾਉਣਾ	to call a meeting
ਆਖ਼ਰ	in the end	ਵਿਚਾਰ	thoughts
ਇਕੱਠੇ ਹੋਏ	gathered	ਪਸੰਦ ਆਈ	liked
ਪ੍ਰਗਟ ਕੀਤੇ	expressed	ਟੱਲੀ	bell
ਗਲ	neck	ਬੰਨ੍ਹ	tie
ਸੁਣ ਕੇ	having heard	ਵੜ ਜਾਣਾ	to go into
ਖੁੱਡਾਂ	holes	ਕੌਣ ਹੌਸਲਾ ਕਰੇਗਾ	who will dare
ਅਕਲਮੰਦ	wise	ਜਾਰੀ ਹੀ ਸੀ	continuing
ਸੋਚਾਂ ਵਿੱਚ ਪੈ ਗਏ	began to think		

13. ਚੰਗੀ ਸਿਹਤ ਲਈ ਸਾਈਕਲ ਚਲਾਉਣਾ

Panjabi	*English*	*Panjabi*	*English*
ਅੱਜ-ਕੱਲ੍ਹ	these days	ਛੁਟਕਾਰਾ	get rid of
ਚੰਗੀ ਸਿਹਤ	good health	ਬੀਮਾਰ	disease
ਮੋਟਾਪਾ	fatness	ਉਮਰ	age
ਮੁੰਡਾ	boy	ਸਾਲ	years
ਚੌਦਾਂ	fourteen	ਸੂਰਜ	sun
ਗਰਮੀ	hot/heat	ਦੋਨੋਂ	both
ਚਮਕ ਰਿਹਾ ਹੈ	is shining	ਖੜ੍ਹਾ ਕਰਨਾ	to stop
ਜਦੋਂ ਚਾਹੇ	whenever he wants	ਧਿਆਨ ਨਾਲ	with care
ਕਈ ਵਾਰੀ	many times	ਸਿਹਤ	health
ਬਹੁਤ ਚੰਗਾ	very good	ਸੌਖਾ ਨਹੀਂ	not easy
ਸਰਦੀਆਂ	winter	ਮੌਸਮ	weather
ਔਖਾ	difficult	ਖ਼ਾਸ ਕਰਕੇ	especially
ਸਰਦ ਦੇਸ਼	cold countries	ਠੰਡ	cold
ਬਰਫ਼	snow	ਸੱਟਾਂ	injuries
ਪੱਚੀ	twenty-five	ਵੀਹ	twenty
ਲੋਕੀਂ	people	ਜ਼ਿਆਦਾਤਰ	largely
ਦੇਖੇ ਜਾਂਦੇ ਹਨ	are seen	ਸਿਆਣੇ ਲੋਕ	old people
ਜੇਬਾਂ	pockets	ਖੇਡਣਾ	play
ਰਜ਼ਾਈ	quilt		

14. ਗੁਰੂ ਨਾਨਕ ਦੇਵ ਜੀ

ਪਾਂਧੇ	hindu priest	ਸਾਧੂ	saint/holyman
ਮੁੱਲਾਂ	muslim priest	ਸ਼ਾਦੀ	marriage
ਮਨ	mind	ਫ਼ਰਕ	difference
ਸਦਾ	always	ਖ਼ਰਾਬ	bad
ਪਰਮਾਤਮਾ	God	ਜ਼ੁਲਮ	cruelty
ਭਗਤੀ	worship	ਅਨਿਆਂ	unjust
ਭੁੱਖੇ	hungry	ਭੈੜੀ ਹਾਲਤ	bad condition
ਸੰਤਾਂ	saints	ਉਪਦੇਸ਼	lesson
ਸੰਗਤ	in company with	ਸਿੱਧੇ ਰਸਤੇ	right path
ਦੁਨਿਆਵੀ	worldly	ਯਾਤਰਾਵਾਂ	journeys

Panjabi	English	Panjabi	English
ਕੰਮਾਂ	works	ਉਦਾਸੀਆਂ	journeys
ਮੱਝਾਂ	buffaloes	ਗ੍ਰਹਿਸਤ	family
ਚਾਰਨ	graze	ਜੀਵਨ	life
ਪਰਵਾਹ	care	ਸਿੱਖਿਆ	teaching
ਲੋਕ	people	ਮਨੁੱਖ	man
ਫ਼ਸਲਾਂ	crops	ਸੰਸਾਰ	world
ਉਜਾੜ	distroy	ਧਾਰਮਿਕ	religious
ਉਲਾਂਭੇ	blames	ਜੋਤੀ ਜੋਤਿ ਸਮਾ ਗਏ	died
ਸੱਚਾ	true	ਮੌਤ	death
ਸੌਦਾ	business	ਗੁਰਿਆਈ	guruship
ਲਾਭ	profit		

15. ਟੈਲੀਵਿਯਨ ਦੇ ਲਾਭ ਅਤੇ ਹਾਨੀਆਂ

ਹਜ਼ਾਰਾਂ	thousands	ਗਿਆਨ	knowledge
ਨੇੜੇ	near	ਵਾਧਾ	increase
ਸ਼ਹਿਰਾਂ	cities	ਵਿਦਿਅਕ	educational
ਦੇਸ਼ਾਂ	countires	ਸਹਾਇਤਾ	help
ਖ਼ਬਰਾਂ	news	ਭਾਸ਼ਾਵਾਂ	languages
ਵਿਦਵਾਨਾਂ	educationists	ਲਾਭ	advantages
ਭਾਸ਼ਨ	lecture	ਹਾਨੀਆਂ	disadvantages
ਤੋਹਫ਼ਾ	gift	ਮਾੜਾ ਅਸਰ	bad effect
ਅੱਜ-ਕੱਲ੍ਹ	these days	ਰੌਸ਼ਨੀ	light
ਲਗਭਗ	nearby	ਆਦੀ	habitual
ਦੁਨੀਆਂ	world	ਸਮੇਂ ਸਿਰ	on time
ਮਨੋਰੰਜਨ	entertainment	ਪਿੱਛੇ ਰਹਿ ਜਾਂਦੇ	left behind
ਸਾਧਨ	means	ਸਿਹਤ	health
ਗੀਤ-ਸੰਗੀਤ	music	ਬੀਮਾਰੀਆਂ	diseases
ਅਸ਼ਲੀਲ	indecent	ਪੀੜ੍ਹੀ	generation
ਨੌਜਵਾਨ	young	ਸੰਬੰਧਤ	connected

16. ਅਰਸ਼ਦੀਪ ਦੇ ਗੁਆਂਢੀ

ਗੁਆਂਢੀ	neighbours	ਉਲਟ	opposite
ਗੁਆਂਢ	neighbourhood	ਬਦਚਲਣ	bad character

Panjabi	*English*	*Panjabi*	*English*
ਮੁਸੀਬਤ	difficulty/problem	ਸ਼ਰਾਬੀ	drinker
ਟੱਬਰ	family	ਗੁੰਡਾ	rogue
ਨੇਕ	good	ਬੰਦਾ	man
ਸੁਭਾਅ	habit	ਸ਼ਰਾਰਤੀ	naughty
ਰਹਿਮ ਦਿਲ	kind	ਲੜਾਈ ਝਗੜਾ	fighting
ਕ੍ਰਿਪਾਲੂ	kind	ਅੱਧੀ ਰਾਤ	mid night
ਲੋਕ ਭਲਾਈ	public good	ਘਰਵਾਲੀ	wife
ਪਰਿਵਾਰ	family	ਕੁਟਾਪਾ ਫੇਰਦਾ	beats
ਮੁਖੀ	head	ਸ਼ੋਰ ਸ਼ਰਾਬਾ	noise
ਉੱਚੀ	high	ਪ੍ਰਾਹੁਣੇ	guests
ਸ਼ਖ਼ਸੀਅਤ	personality	ਕੁਦਰਤੀ	natural
ਦਰਸ਼ਨ ਕਰਨੇ	to meet	ਧਿਆਨ	attention
ਸ਼ਾਂਤੀ	peace	ਦੇਖ-ਭਾਲ	look after
ਮਨ	mind	ਝਿੜਕਾਂ	rebuke
ਈਮਾਨਦਾਰੀ	honesty	ਪਹਿਨਣ	to wear
ਪਿਆਰ	love	ਕੱਪੜੇ	clothes
ਸਤਿਕਾਰ	respect	ਗਾਲ਼ਾਂ	abuses
ਵਫ਼ਾਦਾਰੀ	faithfulness	ਕਸੂਰ	fault
ਰਿਣੀ	obliged	ਬਾਪ	father
ਝਿਜਕ	hesitation	ਪਤਨੀ	wife
ਭੈੜੀ ਵਾਦੀ	bad habbit	ਚੰਗੇ ਰਸਤੇ	good path
ਅਰਦਾਸ	prayer	ਸੰਤੋਖ	contentment

17. ਮੇਰੀ ਭੈਣ ਦਾ ਵਿਆਹ

ਵਿਆਹ	marriage	ਆਵਾਜ਼	sound
ਤਿਆਰੀ	preparation	ਸਫਲਤਾ	success
ਦਰਵਾਜ਼ੇ	doors	ਨਿਭਾਇਆ	fulfilled
ਤਾਕੀਆਂ	windows	ਡੋਲ਼ੀ	palanquin
ਪ੍ਰਬੰਧ	arrangement	ਤੋਰੀ	send off
ਮਿਠਿਆਈਆਂ	sweets	ਫੁੱਟ ਫੁੱਟ ਰੋਣਾ	weep bitterly
ਰਿਸ਼ਤੇਦਾਰ	relatives	ਵਿਛੜਨਾ	to depart
ਸੁੰਦਰ	beautiful	ਯਾਦ ਆਉਣਾ	remember
ਪ੍ਰਾਹੁਣੇ	guests	ਵਿਦਾਇਗੀ	departure

Panjabi	*English*	*Panjabi*	*English*
ਗ੍ਰੰਥੀ	person who performs religious ceremony	ਭਰਜਾਈਆਂ	wives of brothers
ਨਜ਼ਦੀਕੀ	close	ਧੀ	daughter
ਮਿਲਣੀ	introduction	ਦਸਤੂਰ	custom
ਅਰਦਾਸ	prayer	ਸਹੁਰੇ ਘਰ	in-laws house
ਰਸਮ	custom	ਖ਼ਰਚ	expenditure
ਲਾਵਾਂ	marriage ceremony	ਸਾਧਾਰਨ	ordinary
ਕੀਰਤਨ	kirtan	ਸਮੱਸਿਆ	problem
ਸਿੱਖਿਆ	teaching	ਸੋਚਣਾ	think
ਭੁੱਖ	hunger	ਮਹਿਸੂਸ	felt

18. ਮੇਰੀ ਇੰਡੀਆ ਦੀ ਯਾਤਰਾ : ਮੇਰੀਆਂ ਛੁੱਟੀਆਂ

ਯਾਤਰਾ	journey	ਹੈਰਾਨ	surprise
ਸਫ਼ਰ	journey	ਆਲਾ-ਦੁਆਲਾ	surroundings
ਪਿਛਲੀਆਂ	last	ਤਪ ਰਿਹਾ ਸੀ	was very hot
ਛੁੱਟੀਆਂ	holidays	ਮੁਸ਼ਕਲ	difficult
ਸਹੂਲਤਾਂ	facilities	ਬਿਲਕੁਲ	at all
ਦ੍ਰਿਸ਼	screen/view	ਠੰਡਾ	cold
ਹਵਾਈ ਅੱਡਾ	airport	ਕੌੜੀ	bitter
ਰੁਕਿਆ	stopped	ਸੁਆਦ	tasty
ਸ਼ਹਿਰ	city	ਸਸਤਾ	cheap
ਪਿਆਰ	love	ਪਹਾੜੀਆਂ	hills
ਆਰਾਮ	rest	ਭੀੜ	crowd
ਕਿਉਂਕਿ	because	ਮੌਕਾ	opportunity/ chance
ਨਜ਼ਾਰਾ	scene	ਉੱਚੀਆਂ	high
ਯਾਤਰੀ	passenger	ਨੀਵੀਆਂ	low
ਭੀੜ	crowd	ਚੌੜੀਆਂ	wide
ਹੈਰਾਨ	surprise	ਫ਼ਿਕਰ	worry
ਸੰਗਤ	people		

19. ਮੇਰਾ ਮਨਪਸੰਦ ਗੀਤਕਾਰ - ਗੁਰਦਾਸ ਮਾਨ

ਮਨਪਸੰਦ	favourite	ਤਿਉਹਾਰ	festival

Panjabi	*English*	*Panjabi*	*English*
ਗੀਤਕਾਰ	singer	ਮੌਕੇ	occasions
ਗਾਣੇ	songs	ਪ੍ਰਤਿਨਿੱਧ	representation
ਦੁਨੀਆਂ	world	ਵਧੀਆ	good
ਪ੍ਰਸਿੱਧ	famous	ਸਭਿਅਤਾ	culture
ਮੁੱਢਲੀ	early	ਕੇਵਲ	only
ਪੜ੍ਹਾਈ	education	ਵਧਾਈ	congratulations
ਸਰੀਰਕ ਸਿੱਖਿਆ	physical education	ਪਾਤਰ	deserve
ਸ਼ੌਂਕ	interest	ਗੰਦ-ਮੰਦ	dirt
ਇਨਾਮ	rewards	ਸਿੱਖਿਆ	lesson
ਪ੍ਰਾਪਤ ਕੀਤੀ	gained/got	ਪੁੱਤਰ	son
ਵਿੱਦਿਆ	education	ਪਤਨੀ	wife
ਵਿਆਹਿਆ ਹੋਇਆ	married		

20. ਇੱਕ ਦਿਲਚਸਪ ਸੁਫ਼ਨਾ

ਆਪਸ ਵਿੱਚ	among themselves	ਕੋਠੀ	house
ਗੂੜ੍ਹੇ	fast	ਨੌਕਰ-ਚਾਕਰ	servants
ਰੀਝ ਨਾਲ	fondness	ਪਰੀਆਂ	fairies
ਖੀਰ	pudding	ਪਤਨੀਆਂ	wives
ਸੁਫ਼ਨਾ	dream	ਰਾਜਾ	king
ਗੱਪੀ	boaster/gossipper	ਮਹਿਸੂਸ ਕਰਨ	feel
ਮਨਘੜਤ	false	ਅਖ਼ੀਰਲੇ	last
ਗੱਲਾਂ ਕੀਤੀਆਂ	talked	ਕੰਬ ਕੇ	trembling
ਲੰਗੜੀ	lame	ਡਰਾਉਣਾ	fearful
ਠੀਕ ਕਰ ਦਿੱਤਾ	cured/corrected	ਆਦਮ-ਬੋ	human-being
ਝੱਟ	at once	ਆਵਾਜ਼	sound
ਕਲਾਵੇ ਵਿੱਚ	in arms	ਗਰਜਦੀ ਸੀ	roaring
ਅਸ਼ੀਰਵਾਦ	blessing	ਤਿੱਖੀਆਂ	sharpened
ਖ਼ੁਸ਼ਕਿਸਮਤ	lucky	ਕਿਰਪਾਨਾਂ	swords
ਧਨ	money	ਗੂੰਜ	thunder
ਸੋਨਾ	gold	ਵੱਢ	cut
ਟੁਕੜੇ	pieces	ਜ਼ਬਰਦਸਤੀ	forcibly